கு. அழகிரிசாமி

கு. அழகிரிசாமி

எளிமையின் அழகும் உண்மையின் ஒளியும் துலங்கும் கதை களால் வாசகர் மனதில் இடம்பெற்றவர் கு. அழகிரிசாமி. ஒரு வாசகராக அழகிரிசாமியைச் சந்திக்கும் முன்பே அவர் மீது பொருட்படுத்தத் தகுந்த நல்லெண்ணம் கொண்டிருந்தவர் சுந்தர ராமசாமி. ஒருவருக்கொருவர் வாசகர்களாக அறிமுகமாகி எழுத்தாளர்களாக உறவைப் பேணத் தொடங்கியவர்கள் இவ் விருவரும். அந்த உறவு இலக்கியம் சார்ந்ததாக மட்டுமன்றி இரு ஆளுமைகளின் கரிசனங்களை வெளிப்படுத்துவதாகவும் மாறுகிறது. அந்த உறவின் தடங்களை வாஞ்சையுடனும் நெகிழ் வுடனும் நினைவுகூர்கிறார் சுந்தர ராமசாமி.

சுந்தர ராமசாமி

கு. அழகிரிசாமி

தொகுப்பு
அரவிந்தன்

காலச்சுவடு பதிப்பகம்

அன்பார்ந்த வாசகருக்கு,

வணக்கம்.

காலச்சுவடு நூலை வாங்கியமைக்கு நன்றி.

நூலின் உள்ளடக்கம், உருவாக்கம், அட்டைப்படம் இன்ன பிற அம்சங்கள் பற்றிய உங்கள் கருத்துகளையும் ஆலோசனைகளையும் காலச்சுவடு வரவேற்கிறது. தகவல், எழுத்து, வாக்கியப் பிழைகள் தென்பட்டால் கட்டாயம் தெரிவித்து உதவுங்கள். நூல் தயாரிப்பில் கடும் குறைபாடு இருப்பின் மாற்றுப் பிரதி உங்களுக்குக் கிடைக்கக் காலச்சுவடு ஏற்பாடு செய்யும்.

மின்னஞ்சல்: publisher@kalachuvadu.com

காலச்சுவடு நாகர்கோவில் அலுவலகத்திற்குக் கடிதம் அனுப்பலாம்.

தங்கள்
எஸ். ஆர். சுந்தரம் (கண்ணன்)
பதிப்பாளர் – நிர்வாக இயக்குநர்

கு. அழகிரிசாமி ♦ நினைவுக் குறிப்புகள் ♦ ஆசிரியர்: சுந்தர ராமசாமி ♦ © கமலா ராமசாமி, அரவிந்தன் ♦ முதல் பதிப்பு: ஏப்ரல் 2011, ஐந்தாம் பதிப்பு: அக்டோபர் 2023 ♦ வெளியீடு: காலச்சுவடு பப்ளிகேஷன்ஸ் (பி) லிட்., 669 கே.பி. சாலை, நாகர்கோவில் 629001 ♦ முன் அட்டை கோட்டோவியம்: கு. அழகிரிசாமி – ட்ராட்ஸ்கி மருது, சுந்தர ராமசாமி – ஆதிமூலம்.

ku. aLakirisami ♦ Reminiscences ♦ Author: Sundara Ramaswamy ♦ © Kamala Ramaswamy, Aravindan ♦ Language: Tamil ♦ First Edition: April 2011, Fifth Edition: October 2023 ♦ Size: Demy 1 x 8 ♦ Paper: 18.6 kg maplitho ♦ Pages: 64.

Published by Kalachuvadu Publications Pvt. Ltd., 669 K.P. Road, Nagercoil 629 001, India ♦ Phone: 91-4652-278525 ♦ e-mail: publications @kalachuvadu.com ♦ Front Wrapper Line Drawings: Ku. Alagiriswamy - Trotsky Maruthu, Sundara Ramaswamy - Aadimoolam ♦ Printed at: Adyar Students xerox Pvt. Ltd., No. 275 Habibullah Road, Triplicane high Road, Opp Triplicane Post Office, Triplicane, Chennai 600005

ISBN: 978-93-80240-41-1

10/2023/S.No. 387, kcp 4750, 18.6 (5) uss

பதிப்புரை

பல முக்கியமான ஆளுமைகளுடன் நெருக்கமான நட்பும் உறவும் கொண்டிருந்த சுந்தர ராமசாமி, கு. அழகிரிசாமி யுடனான தன் உறவின் நினைவுகளை இங்கு பதிவு செய்கிறார்.

சு.ராவின் தீவிர வாசகரான அரவிந்தன் அவரைச் சந்தித்து உரையாடிப் பதிவுசெய்ததைப் பிரதி எடுத்தவர் பி.ஆர். மகாதேவன்.

நினைவோடை வரிசையில் எட்டாவது நூல் இது. இதே வரிசையில் வந்துள்ள க.நா.சு., சி.சு. செல்லப்பா, கிருஷ்ணன் நம்பி, ஜீவா, பிரமிள், குறித்த பதிவுகள் அனைத்தும் சுந்தர ராமசாமியால் பார்வையிடப்பட்டுச் செம்மைப்படுத்தப்பட்டவை. அவரது மறைவுக்குப்பின் வெளிவந்த ஜி. நாகராஜன், தி. ஜானகிராமன் பற்றிய பதிவுகளும் கு. அழகிரிசாமி பற்றிய இந்தப் பதிவும் உரையாடலின் எழுத்து வடிவமாகவே அமைந்தவை.

பதிப்பாளர்

குறிப்பு

இந்நினைவுக் குறிப்புகளை நான் நண்பர் அரவிந்தனிடம் சொல்லும்போது என் நினைவை மட்டும் அடிப்படையாக வைத்தே சொல்லியிருக்கிறேன். சொன்ன நேரத்தில் நினைவுக்கு வந்தவை மட்டுமே இதில் இடம்பெற்றிருக் கின்றன. இந்நினைவுக் குறிப்புகள் புத்தக உருவம்பெற்றுப் படிக்க நேர்ந்தபோது, சொல்லாத சில நினைவுகளும் மனதிற்குள் வந்தன. அவற்றை எழுதிச் சேர்க்க அவசிய மான சமய வசதி எனக்கு இப்போது இல்லாமல் இருக்கிறது.

பல எழுத்தாளர்களுடனான முதல் சந்திப்பு என் நினை வில் போதிய தெளிவுடன் இல்லையோ என்று சந்தேகப்படு கிறேன். ஒரு சில வருடங்கள் துல்லியமாக இல்லாம லிருக்கலாம். அதிகபட்சம் அவை ஒன்றிரண்டு வருடங்கள் முன்பின்னாக அமைந்திருக்க வாய்ப்புண்டு.

நாகர்கோவில்   சு. ரா.
09.02.05

நினைவோடை –கு. அழகிரிசாமி

அழகிரிசாமியைப் பற்றிச் சொல்லுங்கள். அவரை எப்போது எங்கே சந்தித்தீர்கள்?

கு. அழகிரிசாமியை நான் எங்கே சந்தித்தேன் என்பதில் எனக்குச் சந்தேகமே இல்லை. மற்ற எழுத்தாளர்களுடனான முதல் சந்திப்பு எது என்பதில் எனக்குக் குழப்பம் இருக்கும். அதைக் கொஞ்சம் முன்பின்தான் சொல்வேன். ஆனால் அழகிரிசாமியைப் பொருத்த அளவில் என்னால் எந்த இடத்தில் அவரைப் பார்த்தேன் என்று தெளிவாகச் சொல்ல முடியும்.

அழகிரிசாமியைப் பற்றிச் சொல்லிவிட்டு, அவரைப் பார்த்த நிகழ்ச்சிக்கு நான் வருகிறேன்.

அந்நாட்களிலேயே அழகிரிசாமி ஓர் எழுத்தாளராக என் மனதில் இடம்பிடித்துவிட்டார். ரகுநாதனோடு எனக்கு நட்பு ஏற்படுவதற்கு முன்பே, அழகிரிசாமியும் ரகுநாதனும் சென்னை சக்தி காரியாலயம் வெளியிடக்கூடிய *சக்தி* இதழில் பணியாற்றினார்கள் என்பது எனக்குத் தெரியும்.

கோயம்புத்தூரிலிருந்து ஒரு பத்திரிகை – *கலைக களஞ்சியம்*. இல்லை. *கலைக்கதிர்* என்ற பத்திரிகையை நீண்ட நாட்கள் கொண்டுவந்தார்கள். அறிவுத் துறைகளை வளர்ப்பது அதன் நோக்கம். முக்கியமாக சயன்ஸ் என்கிற துறையில் பெரிய காரியங்களைச் செய்திருக்கிறார்கள். அந்தப் பத்திரிகையில் நமக்குப் பரிச்சயமே இல்லாத, பரிச்சயப்படுத்திக்கொள்ள கொஞ்சம் சங்கடப்படக்கூடிய வார்த்தைகளைத் தேடி எடுத்துப் போட்டிருந்ததினால் சுலபமாகப் படிக்க முடியாமல் ஆகிவிட்டது. காலப் போக்கில் ஒரு க்ஷீணதசை ஏற்பட்டு, பத்திரிகையும் நின்றுபோயிற்று.

ஆனால் அதே அறிவுத் துறை சார்ந்த கட்டுரைகள் சக்தியில் வந்த சமயத்தில் நமக்கு அந்த மாதிரி இல்லாமல் அந்தக் கட்டுரையுடன் நெருக்கமான தொடர்புகள் ஏற்படும். சாமிநாத சர்மா, ரகுநாதன், தி.ஜ. ரங்கநாதன் இந்த மாதிரி விஷயம் தெரிந்த ஆட்கள் அதை எடிட் பண்ணி இருந்ததனால் அப்படி நடந்தது.

முதலில் நான் 'புதுமைப்பித்தன் நினைவு மலர்' கொண்டு வருகிறபோதே அழகிரிசாமிக்கு ஒரு கடிதம் எழுதிவிட்டேன். அழகிரிசாமியும் எனக்குப் பதில் எழுதியிருந்தார். அதில் ரகுநாதன் கடிதம் எழுதியதனால் நான் உங்களுக்கு அவசியம் கட்டுரை அனுப்புவேன் என்று 'மேட்டர் ஆஃப் ஃபாக்ட்' தொனியில் எழுதியிருந்தார்.

ஐந்து ஆறு வரிதான் எழுதியிருந்தார். அழகிரிசாமி எழுதிய வரிகளில் இறுக்கமே இல்லை.

நெகிழ்வு?

ஆமாம். எந்த மாதிரியான ஆளையும் அவர் அக்காமடேட் செய்துவிடுவார் என்கிற செய்தியும் அதில் இருந்தது.

தொடர்ந்து அவரோடு கடிதப் போக்குவரத்து இருந்தது. அழகிரிசாமி ஒரு கட்டுரை எழுதியிருந்தார். அது எதிலும் வெளிவந்த கட்டுரை அல்ல. இதற்காகவே எழுதப்பட்ட கட்டுரை. அதுவும் புதுமைப்பித்தன் மலரில் இடம் பெற்றிருக்கிறது.

அழகிரிசாமியுடைய கதைகளோ கட்டுரைகளோ எந்தப் பத்திரிகையில் கிடைத்தாலும் நான் தொடர்ந்து படிப்பேன். அவர்மீது அப்படி ஒரு ஈர்ப்பு இருந்தது. அவர் 'சக்தி'யிலும் கணிசமாக எழுதியிருக்கிறார். அவை எல்லாவற்றையும் படித்திருக்கிறேன்.

பின்னால் சக்தி பத்திரிகை சோர்வு அடைந்தது. அதை எப்படி நிமிர்த்த வேண்டும் என்பது அவர்களுக்குத் தெரிய வில்லை. தினுசு தினுசான புத்தகங்களை வெளியிட்டார்கள். அவை நிச்சயமாக கோவிந்தனுக்கு கௌரவத்தைச் சேர்க்கக் கூடிய புத்தகங்கள் அல்ல. அவருடைய மரபின் தொடர்ச்சி யாகவும் அவை இல்லை. இதற்கெல்லாம் ரகுநாதனின் மூளை தான் காரணமாக இருந்திருக்கும் என்று இன்றைக்கு நினைக் கிறேன்.

விலை கம்மியாகப் பல நாவல்களைப் போட ஆரம்பித் தார்கள். அதில் முதல் நாவலாக கன்னிகா என்ற நாவல்

வந்தது. ரகுநாதன் எழுதிய நாவல். அதற்கு மறுபதிப்பு வந்ததா? அப்படி வருவதை ரகுநாதன் விரும்பினாரா என்பதெல்லாம் எனக்குத் தெரியாது. அந்த நாவல் நாகர்கோவிலில் கிடைத்த அன்றைக்கே காசு கொடுத்து வாங்கி உடனடியாகப் படித்தேன். அப்புறம் ஒரு பதினைந்து நாட்களுக்கு பிறகு திரும்பப் படித்தேன். அப்படி இரண்டு மூன்று தடவை அந்த நாவலைப் படித்திருக்கிறேன்.

அதன் சப்ஜெக்ட் என்னவென்றால் ஒரு சின்னப் பெண் கன்னியாக ஆவது. உடல் சார்ந்த மாற்றங்கள் பிறகு மனம் சார்ந்த மாற்றங்கள் இவற்றைச் சொல்வதுதான் நாவலின் நோக்கம். அது தமிழுக்கு ஒரு புது விஷயம்.

அந்த விஷயத்தையொட்டித் தமிழில் இருக்கக்கூடிய பாலியல் மரபு இருக்கிறதே அதைப்பற்றி அவருக்குத் தெரியும்.

மேற்கத்தியப் புத்தகங்களில் இது நிறைய இருக்கிறது. ஹாவ்லக் எல்லீஸ் போன்ற எழுத்தாளர்கள் இருக்கிறார்கள். இவை இரண்டையும் படித்துவிட்டுத் தமிழ்ச் சூழலும் தமிழ் மரபும் தமிழ் இலக்கியமும் தெரிந்த ஒருவர் மேற்கத்தியச் சூழலையும் கணக்கில் எடுத்துக்கொண்டு ஒரு புத்தகத்தை உருவாக்கியிருக்கிறார் என்பது பின்னால் எனக்குத் தெரிந்தது. புத்தகத்தை வாசித்தபோது எனக்குத் தெரியவில்லை.

அதைப் படைப்பு என்று சொல்வதைவிட புத்திசாலித் தனமான தயாரிப்பு என்றுதான் இப்போது சொல்ல முடியும். ஆனால் அந்த வயதில் அந்தப் புத்தகத்தின்மேல் அசாத்திய மான மயக்கம் ஏற்பட்டது. அப்புறம் என்னென்ன புத்தகங்கள் வெளியிடுகிறார்கள் என்று ஆசையாகப் பார்த்துக்கொண் டிருந்தேன்.

அதில் பல டைட்டில்கள் வந்தன. அவற்றையெல்லாம் உடனுக்குடன் வாங்கிப் படித்துக்கொண்டிருந்தேன். 'டாக்டரா விபசாரியா?' என்ற நாவல் அழகிரிசாமி எழுதியது என்று ஒரு விளம்பரம் வந்தது.

அவருடைய சிறுகதைகளைப் படித்ததனால் எனக்கு மனதிற்குள் ஒரு சித்திரம் இருந்தது. அந்தச் சித்திரத்தோடு தலைப்பு ஒட்ட மாட்டேன் என்று இருந்தது. 'டாக்டரா விபசாரியா?' என்ற தலைப்பு அழகிரிசாமி போட்ட தலைப்பு போலவே இல்லையே. இது ரகுநாதன் போட்ட தலைப்பாக இருக்குமோ என்று யோசித்துக்கொண்டு உட்கார்ந்திருந்தேன்.

நாவல் வந்தபொழுது வாங்கி வாசித்தேன். அது செக்ஸ் விஷயங்கள் பற்றிய நாவல்தான். சொல்லப் போனால் 'டாக்டரா

விபசாரியா?' என்ற தலைப்பு ஏற்படுத்தக்கூடிய வாசக எதிர் பார்ப்புகள் நாவலில் மிகக் குறைவாகத்தான் இருந்தன.

கதை என்ற அளவில் ஒரு சராசரி வாசகனுடைய எதிர் பார்ப்புகளைப் பூர்த்திசெய்யக்கூடிய ஒரு கதையாக அதை எழுதியிருந்தார். அது என்னுடைய மனதைக் கவர்ந்தது என்று சொல்ல முடியாது. அதற்கு அழகிரிசாமியின் காலத்திலேயே மறுபதிப்பு வந்த சமயத்தில் வேறு தலைப்புப் போட்டார்கள் என்று நினைக்கிறேன்.* அந்த நாவல் மட்டுமல்ல பின்னால் அவர் எழுதிய எந்த நாவலுமே எனக்குப் பிடிக்கவில்லை.

அவர் சிறப்பாகச் சிறுகதைகள் எழுதியிருக்கிறார். நாவலில் வெற்றியடைய வேண்டும் என்ற சுய உணர்வு அவருக்கே குறைவாக இருந்திருக்கக்கூடும் என்றுதான் எனக்குத் தோன்று கிறது.

அந்தச் சமயத்தில் அவரோடு தொடர்பு இருந்தது. அதற்குப் பின்னால் அவர் இங்கே வாழ்க்கை ரொம்ப கஷ்டமாக இருக்கிறது என்ற காரணத்தினால் மலேசியாவுக்குப் போய் விட்டார்.

அப்பொழுதெல்லாம் அவருடன் நேர்ப் பழக்கம் இருந்ததா?

இல்லை. அதற்கு ரொம்பவும் பின்னால்தான் நேர்ப் பழக்கம் ஏற்பட்டது.

பொதுவாக ரகுநாதன் யாரையும் ரெஃபர் பண்ணிப் பேச மாட்டார். ரொம்பக் குறைவாகத்தான் ரெஃபர் பண்ணு வார். புதுமைப்பித்தன், வையாபுரிப் பிள்ளை, டி.கே.சி. இது மாதிரி மிகவும் அபூர்வமான ஆட்களைத்தான் ரெஃபர் பண்ணிப் பேசுவார்.

எழுத்தாளர் சங்கத்தில் கல்கி தலைவராகவும் இவர் உபதலைவராகவுமோ அல்லது கல்கி காரியதரிசியாகவும் இவர் உபகாரியதரிசியாகவுமோ பதவி வகித்திருந்திருக்கிறார்கள். அதை வைத்துக் கல்கியுடன் பழக்கம் உண்டு என்று சொல்லு வார். மற்றபடி நிறைய ஆட்களைப் பற்றிப் பேசவே மாட்டார். இவர் வாயில் அழகிரிசாமியின் பெயர் அவ்வப்போது வரும். ஏனென்றால் அழகிரிசாமிக்கும் ரகுநாதனுக்கும் நட்பு இருந்தது. அது ஆழமான நட்பா இல்லை சாதாரணப் பரிச்சயமா என்று எனக்குத் தெரியவில்லை. ஆனால் அழகிரிசாமியின் பெயர் அடிக்கடி வரும். அவர் மதிப்பிற்குரிய ஓர் எழுத்தாளர் என்பது பேச்சில் வெளிப்படும்.

---
* டாக்டர் அனுராதா

உங்களைவிட அவர் வயதில் மூத்தவரா?

என்னைவிட மூத்தவர். 1923இல் பிறந்தவர். அழகிரிசாமி, ரகுநாதன், தி. ஜானகிராமன் என்று ஒரு வரிசை. அனைவரும் 1923ஐ ஒட்டிப் பிறந்தவர்கள்.

உங்களைவிட ஏழு எட்டு வயது மூத்தவர்கள் இல்லையா?

ஆமாம்.

ரகுநாதனின் பேச்சு மூலம் அழகிரிசாமியைப் பற்றிச் சில கற்பனைகள் என்னிடம் வளர்ந்துகொண்டே இருந்தன. மலேசியாவில் இன்ன பத்திரிகையில் வேலை பார்த்துக்கொண் டிருக்கிறார். வசதியாக இருக்கிறார் என்று ரகுநாதன் சொல்வார். இன்னொரு தடவை பார்க்கும்போது, அவருக்குக் கல்யாண மாகிவிட்டது; அங்கேயே ஒரு பெண்ணைக் கல்யாணம் செய்து கொண்டார் என்று சொல்லுவார்.

அவருக்கு ரேடியோவில் அடிக்கடி புரோகிராம் கிடைக் கிறது என்று சொல்வார். பின்னால் அந்த ரேடியோ நிகழ்ச்சி களை அவருக்குக் கொடுத்தவர்கள் அவரோடு இணைந்து வேலை செய்தவர்கள் எல்லோரும் அழகிரிசாமியின் நண்பர் களாக இருந்தார்கள் என்பதையும் மலேசியாவில் தமிழை வளர்ப்பதற்கு அழகிரிசாமியோடு இணைந்து என்னென்ன காரியங்கள் செய்தார்கள் என்பதையெல்லாம் நான் மலேசியா விற்குச் சென்றிருந்தபோது அந்த நண்பர்கள் வாயிலாகவே கேட்டிருக்கிறேன்.

அவர்கள் எல்லோருக்கும் அழகிரிசாமியைப் பற்றி மிக உயர்வான அபிப்பிராயம் இருந்தது. அழகிரிசாமி பத்திரிகையில் தான் பணியாற்றினார். அது ஒரு வேலை. மற்றபடி இவர் ஆசைபாகச் செய்த காரியங்கள் முக்கியமானவை. தமிழ் நாட்டில் இருக்கக்கூடிய பல விஷயங்களை அங்கே புகுத்த ஆசைப்பட்டார். சிறுகதை வகுப்பு எடுப்பது போன்ற பல காரியங்களைச் செய்திருக்கிறார்.

சங்கீத நாடகத்தில் அவருக்கு மிகுந்த விருப்பம் உண்டு. இசை நாடகங்களைத் தயாரித்து ரேடியோவில் அரங்கேற்றி யிருக்கிறார். அவருடைய இசை நாடகத்தில் நடித்தவர்தான் பின்னால் அவருடைய மனைவியானார்.

ஒரு சந்தர்ப்பத்தில் ரகுநாதனைப் பார்த்தபோது அழகிரிசாமி இந்தியாவிற்கு வந்துவிட்டார் என்றார். அவர் இந்தியாவிற்கு வந்ததும் நாகர்கோவிலில் தமிழ் எழுத்தாளர் மாநாடு நடந்ததும் அடுத்தடுத்துதான் நடந்தன.

அந்த மாநாட்டுக்குக் காரியதரிசியாக இருந்தவரை எங்களுக்குத் தெரியும். ஆனால் அவருக்கு எந்தெந்த எழுத்தாளர்களை வரவழைக்க வேண்டும் என்ற பரிச்சயம் இல்லை என்று எனக்குத் தோன்றியது. அதைச் சொல்லவும் செய்திருந்தேன்.

அதில் எனக்குச் சில உள்நோக்கங்கள் உண்டு. அது என்னுடைய பார்வையில் முக்கியமானவர்களான எழுத்தாளர்களைப் பற்றியதுதான். வேறு யாரையாவது அழைத்துவிட்டு இவர்களை விட்டுவிடக் கூடாது என்ற நோக்கம்தான்.

அழகிரிசாமி, ரகுநாதன் ஆகியவர்களின் பெயர்களைக் கொடுத்து நீங்கள் இவர்களோடு தொடர்புகொண்டு எழுதுங்கள் என்றேன். எங்கே கடிதம் போடாமல் இருந்துவிடுவாரோ என்று நானும் அழகிரிசாமிக்கும் ரகுநாதனுக்கும் கடிதங்கள் எழுதினேன் என்பது எனக்கு ஞாபகம் இருக்கிறது.

இந்த மாநாட்டில்தான் நா. பார்த்தசாரதி, அழகிரிசாமி, சி.சு. செல்லப்பா முதலிய எழுத்தாளர்களை முதன்முதலாகச் சந்தித்தேன்.

மாநாட்டிற்கு வந்தவர்களில் நிறைய பேர் ஏதோ ஒரு காரணத்தினால் நேராக எங்கள் வீட்டிற்கே வந்துவிட்டார்கள். அப்போது மணி பத்து, பத்தரை இருக்கும். எங்கள் அம்மாவிடம் போய்ச் சொன்னேன்.

'எத்தனை பேர் இருப்பாங்க' என்று கேட்டாள் அம்மா. 'ஒரு முப்பது பேர் இருப்பாங்க' என்றேன். 'ஒரு மணி நேரத்தில சமையல் பண்ணிடலாம்' என்றாள். ஆட்கள் இருந்தார்கள். சமையல் எல்லாம் தயார் செய்துவிட்டார்கள். அவர்கள் எல்லாரும் எங்கள் வீட்டில்தான் நிம்மதியாகச் சாப்பிட்டார்கள்.

முப்பது பேரா?

ஆமாம் முப்பது பேர் இருப்பார்கள். அதைப் பற்றி அந்தக் காரியதரிசிக்கு வருத்தமுண்டு. இவர்களெல்லாம் வந்திருக்கிறார்கள் என்பதை எங்கள் வீட்டிற்கு வந்துதான் அவர் தெரிந்துகொண்டார்.

சாப்பாடு முடிந்தது. தான் செய்யவேண்டிய காரியத்தை இந்தப் பையன் செய்துவிட்டான் என்று நினைத்திருக்கலாம். அப்படி ஒரு அபிப்பிராயம் ஏற்பட்டது நியாயம்தான். ஆனால் அதில் எனக்கு உள்நோக்கம் இருப்பதாக அவருக்குச் சந்தேகம் ஏற்படவில்லை.

சுந்தர ராமசாமி

அந்த நேரத்தில் எனக்கு முதலில் சந்தித்தவுடன் யாரிடம் பழகுவது சுலபமாக இருந்தது என்று கேட்டால் அழகிரி சாமியுடன் பழகுவதுதான் சுலபமாக இருந்தது.

அவருக்கு என்னைப் பற்றி நன்றாகத் தெரியும். அவரைப் பற்றி எனக்கும் நன்றாகத் தெரியும். அவருக்கு அவசியமான சௌகரியங்களைச் செய்துகொடுத்தேன். அவருக்கு மட்டுமல்ல எல்லா எழுத்தாளர்களுக்கும் செய்துகொடுப்பதில் நான் ரொம்ப முனைப்பாகவே இருந்தேன்.

'நான் கொஞ்சம் ஓய்வு எடுத்துக்கணும்' என்று அவர் ஓய்வு எடுத்துக்கொண்டார். அந்த மாதிரி ஒவ்வொருவருக்கும் ஒவ்வொரு விஷயம் இருந்தது என்று வைத்துக்கொள்ளுங்கள். நா. வானமாமலையோடு நெருக்கமான பழக்கமும் பின்னால் ஒரு விலகலும் வந்துவிட்டது. அவர் புகை பிடிக்கக்கூடியவர். அவருக்கு சிகரெட்டெல்லாம் வாங்கிக் கொடுத்திருக்கிறேன். வெளியில் போய் பிடித்துவிட்டு வருவார்.

அழகிரிசாமிக்கு வெற்றிலை பாக்கு வந்துகொண்டே இருக்க வேண்டும். அதில் கொஞ்சம் ஸ்டாக் குறைந்தாலும் பதற்றமாகிவிடுவார். இன்னும் இரண்டு நாட்களுக்குத்தான் காணும் என்றாலே அவருக்குப் பதற்றம் வந்துவிடும். அதை வாங்கி அந்த ஸ்டாக்கை பழைய நிலைக்குக் கொண்டுவந்து கொண்டே இருக்க வேண்டும்.

கதர் வேஷ்டிதான் கட்டிக்கொள்வார். அதைத் துவைக்க வேண்டுமென்றால் துவைத்துவிடலாம். பெரிய விஷயமில்லை. ஆனால் 'நான் ரெண்டு மூணு துணி கொண்டுவந்திருக்கேன். முடிஞ்சிட்டதுன்னா வாஷ் பண்ணிக்கலாம்' என்று சொல்லு வார்.

அழகிரிசாமி ஒருமாதிரி வேகமாகப் பேசுபவர். சில ஆட்கள் கொழகொழ என்று பேசுவார்கள் இல்லையா அந்த மாதிரி யான ஒரு தன்மையும் அவரிடம் இருந்தது. அது ஆரம்பத்தில் எனக்குச் சரியாகப் புரியவேயில்லை. அதாவது முழுக்கப் புரியவில்லை. ஆனால் அது பிரச்சனையேயில்லை.

அவர் குளிக்கப் போனாரென்றால் மற்ற எல்லாரும் குளித்துவிட்டார்களா என்று பார்க்க வேண்டும். ஒரு ஆள் பாக்கியில்லாமல் பார்த்துவிட வேண்டும். பிறகுதான் 'நீங்க குளிக்கலாம் போங்க' என்று சொல்ல வேண்டும். அவரை முதலில் குளிக்கவிட்டோம் என்றால் மற்ற முப்பது பேர் குளித்து முடிக்கப் பத்து பத்தரை மணி தாண்டிவிடும்.

சில விஷயங்களில் அவர் ரொம்ப 'சென்சிட்டி'வாக இருப்பார். சில விஷயங்களில் அப்படி இருக்க மாட்டார். அதற்குப் பல உதாரணங்களைச் சொல்லலாம்.

'இவர்களெல்லாம் குளித்துவிடட்டும். டிபன் சாப்பிட்டு விட்டு மாநாட்டிற்குப் போகட்டும். இந்த மாதிரி தண்ணீரை நான் பார்த்ததே கிடையாது. அவ்வளவு நல்ல தண்ணீர். நன்றாகக் குளிக்க வேண்டும். அப்புறம் சாப்பிட்டுவிட்டு நாம் நிதானமாக மாநாட்டிற்குப் போகலாம். மாநாட்டில் என்ன பிழைப்பு நடக்கும் என்று எனக்குத் தெரியும்' என்று என்னிடம் சொன்னார். எல்லாரையும் அனுப்பிவிட்டு நாம் இரண்டு பேரும் போகலாம் என்றார். அது எனக்கு சந்தோ ஷத்தைக் கொடுத்தது.

மாநாட்டுக் காரியதரிசி எழுத்தாளர்களெல்லாம் தங்கு வதற்கு வெளியில் ஏற்பாடு செய்திருந்தார். ஆனால் நாகர் கோவிலில் பெரிய வசதிகள் கிடையாது. இப்போதுகூடப் போதுமான வசதிகள் கிடையாது. அப்போது இல்லவே இல்லை. மாநாட்டை நடத்தியவர்களுக்கும் அந்த அளவிற்குப் பொருளாதார வசதியில்லை. மாநாட்டிற்குப் பணம் செலவழித் தது தினமலர் நிறுவனரான டி.வி. ராமசுப்பையர். மாநாட்டுக் காரியதரிசிக்கும் டி.வி.க்கும் நல்ல தொடர்பு இருந்ததனால் பணம் கொடுத்திருந்தார். எழுத்தாளர் மாநாட்டிற்கு அதிக மொன்றும் நிதி திரட்ட முடியாதே.

காரியதரிசி செய்த ஏற்பாடுகள் திருப்தியளிக்கவில்லை. போக வேண்டுமே என்பதற்காக அழகிரிசாமி போனார். அவரைப் போலவே பலருக்கும் இடம் சௌகரியப்படவில்லை. பலர் வெளியிடங்களுக்குப் போய்விட்டார்கள். சிலர் பள்ளிக் கூடத்தில் தங்கினார்கள். க.நா.சு.கூட இங்கே தங்கவில்லை என்று நினைக்கிறேன். யார் யார் எங்கெங்கே இருந்தார்கள் என்பது ஞாபகமில்லை.

அழகிரிசாமி போகவில்லை. நான் போகவில்லை என்று சொல்லிவிட்டார். 'நீங்க எனக்காக ஏற்பாடு ஒண்ணும் பண்ண வேண்டாம். அவன், அந்தக் காரியதரிசி எங்கிட்ட வந்து கேட்கட்டும். நீ உன் வேலயப் பாத்திட்டுப் போன்னு சொல்லிவிடப்போறேன்' என்றார். ஆனால் அப்படிச் சொல்வது போலெல்லாம் செய்ய மாட்டார். அவருடைய தோரணை அது.

மாநாட்டில் ஒரு நாளைக்கு அவர் தலைமை வகித்தார். பொதுவாக ஐம்பது வயது ஆனவர்களைத்தான் தலைமை வகிக்க விடுவார்கள். அழகிரிசாமி நவீன எழுத்தாளர். அத்துடன்

அறிவாளி. அந்த நிலையில் தலைமை வகிக்க அவருக்குத் தகுதி இருக்கிறது என்று நினைத்திருக்கலாம்.

அழகிரிசாமி எந்த ஒரு தரப்புக்கும் சார்பானவர் அல்ல. மற்ற ஆட்களெல்லாம் ஒரு சார்புள்ள ஆட்கள் என்று நினைத்து அப்படிச் செய்திருக்கலாம். க.நா.சு. போன்றவர்களும் அப்படிச் செய்திருக்கலாம். க.நா.சு.வுக்கும் வானமாமலைக்கும் கருத்து வேற்றுமை இல்லாத தலைமை அழகிரிசாமியுடையதாகத்தான் இருக்க முடியும் என்று நினைத்தேன். அவர் தலைமை வகித்தார். அதில் ஓர் அதிர்ச்சி எனக்குக் காத்திருந்தது.

திருவள்ளுவரைக் குறிப்பிடும்போதெல்லாம் அழகிரிசாமி 'வள்ளுவன் பையன் வள்ளுவன் பையன்' என்றே சொல்லு வார். வள்ளுவர் பேரில் அவ்வளவு அபரிமிதமான மதிப்பு. சங்கீதத்தில் உள்ள கோஷ்டிகளோடு பழகியிருந்தால் உங்களுக்கு இது புரியும். எங்கள் குடும்பத்தில் பலருக்கு சங்கீதத்தில் ஈடுபாடு உண்டு. ஒரு கச்சேரியைக் கேட்டுவிட்டு அந்த சங்கீதக்காரனைப் பற்றி, பாராட்டுணர்வோ அன்போ அவன் ஒரு மேதை என்ற எண்ணமோ வந்தால் 'தேவடியாள் மகன் என்னமா பாடுறான்' என்பார்கள். அழகிரிசாமி வள்ளுவரைச் சொன்னதும் அந்த மாதிரித்தான்.

அழகிரிசாமியின் பேச்சே அப்படித்தானேயொழிய அவர் அகௌரவமாக அந்த வார்த்தையைப் பயன்படுத்தவில்லை. ஆனால் மற்றவர்கள் எல்லோரும் அதைத் தவறாகப் புரிந்து கொண்டிருந்தார்கள் என்பதில் எனக்குச் சந்தேகமில்லை. அவரும் கொஞ்சம் மாற்றிப் பேசியிருந்திருக்கலாம். அவருடன் நெருக்கமாகப் பழகும்போதெல்லாம் அந்த விஷயம் நமக்குத் தெரியும்.

மேடையில் அந்த வார்த்தையைப் பயன்படுத்தினாரா?

மேடையிலே மைக்கிலே சொல்லுகிறார். எங்கே எல்லாம் வள்ளுவருடைய பெயர் வருகிறதோ அங்கேயெல்லாம் வள்ளுவன் பையன் என்றுதான் சொல்லுகிறார். சஞ்சீவி, மயிலை சீனி வேங்கடசாமி போன்ற பழுத்த பழங்கள், தமிழ் இலக்கியத்தில் ஊறிப்போன ஆட்கள் முன்னால் வந்து உட்கார்ந்திருக்கிறார்கள். அவர்கள் எப்படிப் பொறுத்துக் கொண்டார்கள் என்று எனக்குத் தெரியவில்லை. ஒருவர் எழுந்து 'வள்ளுவரை அப்படிப் பார்க்காதீங்க' என்று சொன் னார். அழகிரிசாமியும் 'நானும் அப்படிப் பார்க்கல' என்றார். திடீரென்று அவருக்குக் கோபம் வந்தது. 'நீங்க உட்காருங்க. எனக்கும் தமிழ் தெரியும். உங்களுக்குத்தான் தமிழ் தெரியுமா?' என்று கேட்டார்.

அந்த மாதிரியான சுபாவமும் அவருக்கு உண்டு. முரட்டுத் தனமாகப் போனாரென்றால் ரொம்ப முரட்டுத்தனமாகப் போய்விடுவார். நாலு பேர் அவர் கையைப் பிடித்துக் கூட்டிக் கொண்டு வருமளவிற்கு முரட்டுத்தனமாகப் போய்விடுவார்.

அழகிரிசாமி எப்போதுமே மென்மையாகத்தான் இருப்பார். மிகவும் மென்மையாகத்தான் இருப்பார். அவர் அப்படிப் பேசியது எனக்கு அதிர்ச்சியாக இருந்தது. ஒரு விதத்தில் சந்தோஷமாகவும் இருந்தது. இவர்களெல்லாம் வள்ளுவருக்குப் போலி கௌரவம் கொடுக்கிறார்கள். இவர்களுக்கு ஒன்றும் தெரியவும் செய்யாது. அழகிரிசாமிக்குத் திருக்குறள் நன்றாக வும் தெரியும். அதை நல்ல முறையில் பரப்பவும் செய்வார். 'உங்களை மாதிரியல்ல நான். எனக்கும் வள்ளுவனுக்கும் உள்ள உறவு, உங்களுக்கும் வள்ளுவனுக்கும் உள்ள உறவு அல்ல' என்று சொல்வதுபோல இருந்தது.

இதுபோன்ற சில குணங்கள் அவருக்கு இருப்பதும் அவர் அந்தக் குணங்களை விடாப்பிடியாகக் கடைப்பிடித்துக்கொண்டு செல்வதும் நன்றாகத்தான் இருக்கிறது என்று கிருஷ்ணன் நம்பி சொன்னான்.

மாநாடு முடிந்த பிறகும் அவர் இங்கேதான் இருந்தார்.

எல்லாரும் போனதற்குப் பிறகும் அழகிரிசாமி இங்கே இருந்தாரா?

ஆமாம். இருந்தார். நாங்கள் சீக்கிரம் நெருங்கிப் பழக ஆரம்பித்துவிட்டோம். ஆறு மாதமோ ஒரு வருடமோ பழகிய நண்பர்களைக் கிண்டல் செய்வோமே அதெல்லாம் இரண்டே நாட்களுக்குள் வந்துவிட்டது.

உங்களுடைய சுபாவத்தினாலா?

என்னுடைய சுபாவமா என்று தெரியவில்லை. அவருக்குச் சில ஆட்களைப் பிடிக்கும். எல்லாரிடமும் பழக மாட்டார். அதெல்லாம் எனக்குப் பின்னால்தான் தெரியவந்தது. ஆட்களை வடிகட்டுகிற விஷயங்களை ரொம்பப் புத்திசாலித்தனமாகச் செய்வார். ஒரு விதத்தில் பார்த்தால் கிராமத்தான் மாதிரி இருப்பார். அது உண்மைதான். இன்னொரு விதத்தில் பார்த்தால் ரொம்ப கணக்கெல்லாம் போடுகிறவர் என்பது தெரியும். அதுவும் உண்மைதான். இப்படிப் பல்வேறுபட்ட விசித்திரங்கள் உடைய கலவைதான் அவர்.

'நீங்கள் என்பதால் இரண்டு நாள் இங்கே இருந்துவிட்டுப் போகலாம். அவசரம் ஒன்றுமில்லை' என்றார். அவருக்கும் இங்கே இருக்க வேண்டும் என்று ஆசை. அதில் சந்தேகமில்லை. கடைசியில் அவர் இங்கே இருப்பார் என்று தோன்றியது.

அவருக்கு உணவுமேல் மிகுந்த ஆசை. மிகவும் விரும்பிச் சாப்பிடுவார். கொஞ்சம் பலவீனம் என்றுகூடச் சொல்லலாம். லா.ச. ராமாமிருதத்திற்கும் அந்தப் பலவீனம் உண்டு. அவருடைய பலவீனம் நமக்கு எரிச்சலை உண்டாக்கும். அழகிரிசாமியின் பலவீனம் அப்படியானதல்ல. நன்றாகச் சாப்பிடட்டும், செய்து போடுவோம் என்ற ஆசையைத்தான் ஏற்படுத்தும். இங்கே தங்கியிருக்கும்போது ஹோட்டலுக்குப் போவதில்லை என்றும் தீர்மானித்துவிட்டார். இருந்தும் ஒரு நாள் ஹோட்டலுக்குப் போகலாம் என்றார். அப்போது நாகர்கோவிலில் நல்ல ஹோட்டல்கள் இல்லை. அப்போதும் இல்லை. இப்போதும் இல்லை. எனக்குத் தெரிந்த ஒரு ஹோட்டலுக்குக் கூட்டிக் கொண்டு போனேன். வழக்கம்போல ஒரு ஆள் சர்வ் செய்தான். அழகிரிசாமிக்கு ஸ்வீட் வந்தது. எனக்கும் ஒரு ஸ்வீட் வந்தது. ஸ்வீட்டைச் சாப்பிட்டு முடித்தவுடனே ஸ்வீட் எப்படி இருக்கு என்று கேட்டார். பரவாயில்லை என்றேன். உடனே சர்வரை அழைத்து இன்னுமொரு ஸ்வீட் கொண்டு வா என்றார். ஒரு ஸ்வீட்டைச் சாப்பிட்டுவிட்டு இன்னொரு ஸ்வீட்டையும் ஆர்டர் பண்ணுகிறாரே என்று பையனுக்கு ஆச்சரியமாக இருந்தது. இது என்ன மூணு ஸ்வீட்டையும் ஒண்ணாக்கூடச் சாப்பிடுவேன் என்றுதான் ஸ்வீட் ஆர்டர் பண்ணுகிறார் என்று தோன்றியது.

அவருடனான பத்துப் பன்னிரெண்டு வருஷப் பழக்கத்தில் சென்னையில் பல ஹோட்டல்களுக்குப் போயிருக்கிறேன். அழகிரிசாமியுடனும் நா. பார்த்தசாரதியுடனும் சென்னையில் பல ஹோட்டல்களுக்கும் பல தடவை போயிருக்கிறேன். நா. பார்த்தசாரதி அவருக்குத் தெரிந்த ஹோட்டலுக்கு எங்களை அழைத்துச் செல்வதில் மிகவும் பெருமைப்படுவார். வழக்கமான ஹோட்டலுக்குக் கூட்டிக்கொண்டு போங்கள் என்றால், எல்லாம் எனக்குத் தெரியும் என்று உரிமையோடு சொல்லி விட்டு ஹோட்டலுக்குக் கூட்டிக்கொண்டு போவார். ஒரே ஹோட்டலில் பழியாகவும் இருக்க மாட்டார். பக்கத்தில என்னென்ன ஹோட்டல்கள் இருக்கின்றன, அங்கே என்னென்ன அயிட்டங்கள் இருக்கின்றன என்பதெல்லாம் அவருக்கு அத்துப்படி. அங்கே போனவுடன் ஸ்வீட்டுக்குச் சொல்லுவார். ஒரு ஸ்வீட்டைச் சாப்பிட்டுவிட்டு, இன்னொரு ஸ்வீட் சாப்பிடலாமே என்பேன். ஜிலேபி சாப்பிட்டுவிட்டு மைசூர்பாக் சாப்பிடலாம் என்று நினைப்போம். ஆனால் அவர் அப்படிச் சொல்லவே மாட்டார். ஜிலேபி என்றால் ஜிலேபியே சாப்பிடுவார். காரணம் என்னவென்றால் இன்னொரு இனிப்பைச் சாப்பிட்டால் அது வேறு மாதிரியாக இருக்கலாம். இதைவிட மோசமாகவும் இருக்கலாம். அது அவருக்குத் தெரியும்.

ஆகாரத்தில் அழகிரிசாமிக்கு ரொம்ப ருசி உண்டு. சாப்பாடு எப்படி இருக்கிறது என்று சொல்லுவார். பெண்கள் பரிமாறினால் வாயைத் திறந்து பாராட்டுவார். 'ரொம்ப அற்புதமா இருக்கு' என்று பாராட்டுவார். நிறைய ஆண்கள் சாப்பிட்டுவிட்டுப் பேசாமல் போய்விடுவார்கள். இவர் மிக அற்புதமாகப் பாராட்டுவார். உணவில் உள்ள நுட்பமான விஷயங்களையெல்லாம் சொல்வார். 'நெல், பசுந்தேன் மாதிரி இருக்கிறது. அதனால்தான் ருசி அற்புதமாக அமைகிறது' என்று பாராட்டுவார்.

ஒருமுறை சென்னைக்குப் போயிருந்தபோது அழகிரிசாமி என்னையும் க.நா.சு.வையும் நா. பார்த்தசாரதியையும் அவர் வீட்டில் விருந்துக்கு அழைத்தார். எனக்கும் அழகிரிசாமிக்கும் திடீரென்று ஒரு கவலை வந்தது. க.நா.சு.விற்கு நா. பார்த்தசாரதியைச் சுத்தமாகப் பிடிக்காது. இரண்டு பேரும் ஒருவருக்கொருவர் பேசிக்கொள்ளாமல் முறைப்போடு இருந்தார்களென்றால் சங்கடமாக இருக்கும். அவர்கள் ஒருவருக்கொருவர் சம்பிரதாயத்துக்காகப் பேசினாலும்கூட ஒரு திருப்தி ஏற்பட்டுவிடும். என்ன நடக்குமென்று தீர்மானிக்க முடியாமல் இருந்தது. எல்லாம் நல்லதுதான் நடக்கும் என்று நினைத்துக்கொண்டு காரியத்தைச் செய்தோம்.

விருந்துக்கு ஒன்றோ இரண்டோ நாட்களுக்கு முன்பு நான் அழகிரிசாமி வீட்டிற்குப் போயிருந்தேன். விருந்து ஏற்பாடு பண்ணியிருக்கிறீர்களே அது சீதாவுக்கு ரொம்பக் கஷ்டமாக இருக்காதா என்று கேட்டேன். உடனே அவர் சீதா என்று கூப்பிட்டார். அவரைக் கூப்பிட்டுக் கொண்டுவந்து 'விருந்துக்கு என்னவெல்லாம் ஏற்பாடு பண்ணியிருக்கோம்னு சொல்லு' என்று சொல்லச் சொன்னார்.

அந்த அம்மா, அதுவரை என்னவெல்லாம் ஏற்பாடு செய்திருந்தார்களோ அதையெல்லாம் ஒவ்வொன்றாகச் சொன்னார். மளிகையெல்லாம் வாங்கி முடிச்சாச்சு, கறிகாய் வாங்கி ரெடியா வச்சிருக்கு, துணைக்கு ஒரு மாமியை அழைச்சு வச்சிருக்கு' என்றார்.

அப்போதுதான் அழகிரிசாமி சொன்னாராம் இலையில்தான் அவர்களுக்குச் சாப்பாடு போடணும்னு. அதனால் 'பெரிய இலையாகப் பார்த்து வாங்கி வச்சிருக்கு. ஆக எந்தப் பிரச்சினையும் இல்ல' என்றார் அந்த அம்மா.

'அப்ப நீங்க என்ன சொல்றீங்க?' என்று கேட்டார் அழகிரிசாமி. 'சரி நாங்க விருந்துக்கு வருகிறோம்' என்றேன். அநேகமாக இதுபோன்ற சமயங்களில் நான் தினமும் க.நா.சு.

வைப் பார்ப்பேன். பார்த்தசாரதியையும் பார்ப்பேன். பிறகு ஒன்றாகச் சந்தித்துக்கொள்வோம். நான் வெளியூர் போகும் போதெல்லாம், சென்னைக்குப் போகும்போதெல்லாம் அழகிரி சாமியைச் சந்தித்துப் பேசிவிட்டு, க.நா.சு.விடம் போவேன். அவரிடம் அழகிரிசாமி என்ன சொன்னார் என்று சொல்லு வேன். பிறகு அங்கிருந்து பார்த்தசாரதியிடம் போவேன். அழகிரிசாமியும் க.நா.சுவும் என்ன பேசினார்கள் என்று சொல்லுவேன். இத்தனை மணிக்கு அவர் வீட்டிற்கு வர வேண்டும் என்று நேரமெல்லாம் நிச்சயித்துக்கொள்ளுவோம்.

உங்களால் அப்போது அடிக்கடி சென்னை போக முடிந்ததா?

அடிக்கடி என்று சொல்ல முடியாது. சில சமயங்களில் ஒரு வருடத்தில் ஆறு தடவைகூடப் போயிருக்கிறேன். சில சமயங்களில் மூன்று நான்கு தடவைகள். ஆனால் போனால் க.நா.சு.வையும் பார்த்தசாரதியையும் அழகிரிசாமியையும் பார்ப்பது என்று ஒரு பழக்கம் ரொம்ப வருஷங்களாக இருந்தது. நான் எப்போது போகாமல் இருந்தேனோ அல்லது போயும் அவர்களைப் பார்க்காமல் வந்தேனோ அப்போதெல்லாம் அழகிரிசாமி மிகவும் வருத்தப்பட்டிருக்கிறார்.

விருந்தைப் பற்றிச் சொன்னேன் இல்லையா? விருந்துக்கு எல்லோரும் வந்து சேர்ந்தார்கள். அப்போது எங்களை வரிசை யாக உட்காரவைத்தார்கள். முதலில் க.நா.சு. அப்புறம் அழகிரி சாமி பிறகு பார்த்தசாரதி அடுத்து நான். அப்படி நான்கு பேராக உட்கார்ந்தோம். கொஞ்ச நேரத்திலேயே க.நா.சு.வும் பார்த்தசாரதியும் பேச ஆரம்பித்துவிட்டார்கள். பேச ஆரம்பித்த தும் அவர்களுக்குள் ஒரு கலகலப்பு வந்தது. க.நா.சு. வழக்க மாகக் கிண்டல் செய்வது அப்போது மிகவும் சந்தோஷமாக இருந்தது. 'எதிர்பார்த்தபடி எதுவும் தவறாக நடக்கவில்லை' என்று சொன்னார் அழகிரிசாமி.

க.நா.சு.வுக்கு விருந்தைப் பாராட்டியெல்லாம் சொல்லத் தெரியாது. வேறு விதமாகச் சொல்லுவார். ஒருமாதிரி சொன் னார். பார்த்தசாரதி அழகிரிசாமியிடம் சொல்லிவிட்டு உள்ளே போய் அவர் மனைவியிடமும் சொல்லிப் பாராட்டிவிட்டு வந்தார்.

அழகிரிசாமி சாதாரணமாக ஓரிடத்தில் சாப்பிட்டால் அற்புதமாகப் பாராட்டிப் பேசுவார். ஆகாரத்திலுள்ள நுட்பங் களெல்லாம் பெண்களுக்கு மட்டும்தான் தெரியும். அந்த நுட்பங்களையெல்லாம் சொல்லுவார். அவர்களை ரொம்ப வும் உற்சாகப்படுத்துவார். அந்த மாதிரியெல்லாம் எங்களால் உற்சாகப்படுத்தவே முடியாது.

விருந்து முடிந்த பிறகு நாங்கள் உட்கார்ந்து பேசிக்கொண் டிருந்தோம். பேச்சில் இலக்கியம் வந்தது. வேறு பல பேச்சுக்களும் வந்தன. அப்போதும் நா. பார்த்தசாரதியின் மனசு சங்கடப்படும் படியாகவோ வேறு விமர்சனங்களையோ நாங்கள் பேச வில்லை. அந்த நேரத்தில் விவாதங்களோ வேறு விஷயங்களோ வேண்டாம் என்று இருந்தோம். சாயங்காலம் வெளியே போனோம். அழகிரிசாமியுடனா இல்லை பார்த்தசாரதியுடனா என்று ஞாபகம் இல்லை.

சில சமயங்களில் நானும் அழகிரிசாமியும் கடற்கரைக்கு ஒன்றாகப் போயிருக்கிறோம். அவர் வீட்டிலிருந்து சுலபமாகக் கடற்கரைக்குப் போய்விடலாம். கண்ணகி சிலைப்பக்கம் போய்விடலாம். அங்கே உட்கார்ந்து பேசியிருந்திருக்கிறோம். எட்டரை ஒன்பது மணி ஆனவுடனே திருவல்லிக்கேணியிலுள்ள ஒரு ஹோட்டலுக்குப் போய் இட்லி, காப்பி சாப்பிட்டிருக் கிறோம். சில சமயங்களில் அதற்கு வசதி இல்லாமலிருந்தால் என்னை பஸ் ஏற்றிவிட்டு அழகிரிசாமி போய்விடுவார். இது தான் வழக்கமாக இருந்தது.

பார்த்தசாரதியுடன் நான் போனால் ஹோட்டலுக்கு அழைத்துச்சென்று சாப்பிடவைப்பார். ஆனால் அழகிரிசாமி போல பஸ் ஏற்றிவிட மாட்டார். எந்த பஸ்ஸில் போக வேண்டும் என்று அவருக்குத் தெரிந்தால்தானே பஸ் ஏற்றி விடுவது! எந்த பஸ் எந்த இடத்திற்குப் போகிறது என்றே அவருக்குத் தெரியாது. நடந்து போவார். காசு இருந்தால் ஆட்டோ வைத்துக்கொண்டு போவார். இதுதான் அவருடைய பழக்கம். திருவல்லிக்கேணியில் இருந்த சமயத்தில் அடையாறுக்குப் போக வேண்டுமென்றாலும் பிரச்சனையில்லை. கிடுகிடுவென்று நடந்துபோவார்.

அழகிரிசாமியின் எழுத்து பற்றி உங்கள் அபிப்ராயங்களைச் சொல்லுங்கள்.

அழகிரிசாமியின் சிறுகதைத் தொகுப்புகளைப் படித்த வுடனேயே அநேகக் கதைகள் எனக்குப் பிடித்திருந்தன. *அன்பளிப்பு* பிடித்திருந்தது. நான் ஏற்கெனவே அதைப் படித் திருக்கிறேன். இப்போது அழகிரிசாமியுடன் நேர்ப் பழக்கம் ஏற்பட்டதற்குப் பிறகு, அது எப்படி இருக்கும் என்று பார்க்கும் ஆர்வம் ஏற்பட்டது. பல சமயத்தில் ஒரு எழுத்தாளரை நமக்குப் பழக்கமில்லாத நேரத்தில் அவருடைய எழுத்துகளைப் படித்தால் அது ஒரு மாதிரி இருக்கிறது. அவரோடு பழக்கம் ஏற்பட்டதற்குப் பிறகு அதைப் படித்தால் இன்னொரு மாதிரி இருக்கிறது. இதற்கு என்ன காரணம் என்றெல்லாம் யோசித்துச்

சொல்லத் தெரியவில்லை. பொதுவாகப் பழக்கம் ஏற்பட்ட ஆட்களுடைய எழுத்தைப் படிப்பதுதான் நமக்குப் பெரிய சந்தோஷமாக இருக்கிறது. அதில் அதிகப்படியான சந்தோஷம் இருக்கிறது என்பதை நான் உணர்ந்திருக்கிறேன். அவருடைய கதைகளைப் படித்தவுடனேயே இரண்டு மூன்று கதைகளைத் தவிர மீதிக் கதைகள் ரொம்பவே பிடித்திருந்தன.

ஒரு நாள் அழகிரிசாமிக்குக் கதைகளைப் பாராட்டிக் கடிதம் எழுதினேன். அந்தக் கடிதம் எழுதுவதற்கு முன்னாலேயே அவர் என்னைப் பாராட்டி நிறையக் கடிதங்கள் எழுதியிருக் கிறார். அப்படி இப்படி என்றெல்லாம் தூக்கி எழுதியிருக்கிறார். தமிழ்நாட்டில் எதிர்காலத்தில் உங்களால்தான் சிறுகதை வளர்ச்சிபெறும் என்றெல்லாம் எழுதியிருக்கிறார். அதை நான் மனதுக்குள் கொஞ்சம் மட்டாகவே எடுத்துக்கொண்டேன். என்னுடைய 'அகம்' என்ற கதையைப் படித்துவிட்டு ஆறு ஏழு பக்கக் கடிதம் எழுதியிருந்தார். நான் படித்ததிலேயே சிறந்த கதை என்று சொல்லியிருந்தார். அது எனக்கு உற்சாகத் தைத் தந்தது. நான் அவரை அதேபோலப் பாராட்டி எழுது வதற்கான சந்தர்ப்பம் அமையவில்லை. மிகவும் பாராட்டி எழுதும் சுபாவமும் எனக்கு இல்லை.

ஆனால் நான் க.நா.சு. மாதிரி அவ்வளவு மோசமும் இல்லை. படித்தவுடனேயே இந்தக் கதைகள் உண்மையாகவே எனக்கு மிகவும் பிடித்திருந்தன. ஒரு நீளமான கடிதம் எழுதி னேன். அந்தக் கடிதத்தில் கதைகளைப் பாராட்டிப் பல விஷயங் களைக் குறிப்பிட்டிருந்தேன். கடிதம் கிடைத்தவுடனேயே அழகிரி சாமியிடமிருந்து பதில் வந்தது. கடிதத்தைப் பாராட்டி அதை மிகவும் மதிப்பதாகவும் தான் மிகுந்த சந்தோஷம் அடைந் திருப்பதாகவும் எழுதியிருந்தார். ஆனால் நான் அவருக்குக் கொடுத்திருந்த சந்தோஷத்தைவிடப் பல மடங்கு சந்தோஷத்தை க.நா.சு. கொடுத்திருந்தார். அது நான் எழுதிய கடிதத்திற்கு முன்பா பின்பா என்று எனக்கு ஞாபகமில்லை. அந்த நேரத்தில் அவர் மலேசியாவில் இருந்தாரா இல்லை திரும்பி வந்து வேலைபார்த்துக்கொண்டிருந்தாரா என்பதும் எனக்கு ஞாபகம் இல்லை.

'அன்பளிப்'பைப் பற்றி ஹிந்துவில் மதிப்புரை எழுதிய நேரத்தில் க.நா.சு.விற்கும் அழகிரிசாமிக்கும் நேர்ப் பழக்கமே கிடையாது. அது மட்டுமல்ல, அழகிரிசாமி ரகுநாதனுடைய உலகத்தைச் சார்ந்தவர். ரகுநாதனுடைய உலகத்திலிருக்கிறவர் களுக்கு க.நா.சு.வைப் பிடிக்காது. ரகுநாதனுக்கு க.நா.சு.வைச் சுத்தமாகப் பிடிக்காது.

ஆனால் அந்த மதிப்புரையை க.நா.சு. உயர்வாக எழுதி யிருந்தார். எனக்குத் தெரிந்து க.நா.சு எழுதிய மதிப்புரைகளில் ஒரு தமிழ் எழுத்தாளனுக்கு மிக விரிவாக எழுதப்பட்ட மதிப்புரை அது. மிக அற்புதமான சிறுகதை தந்த எழுத்தாளர். அப்படி ஒரு எழுத்தாளர் மொழிக்குக் கிடைப்பது பெரிய அதிர்ஷ்டம் என்று எழுதியிருந்தார். அதைப் படித்தவுடன் அழகிரிசாமிக்குச் சந்தோஷம் தாங்க முடியவில்லை. பல தடவை என்னிடம் சொல்லியிருக்கிறார். 'அந்த மதிப்புரையைப் படித்தவுடன்தான் நான் ஓர் எழுத்தாளனானேன். நான் எழுதின சமயத்திலெல்லாம் நான் ஒரு எழுத்தாளன் என்ற எண்ணமே எனக்கில்லை. என் மனசுக்குள்ளே வெட்கம் போய் ஒரு நிமிர்வு ஏற்பட்டதென்றால் அது இதுதான். நான் க.நா.சு. வுக்கு மிகவும் கடமைப்பட்டிருக்கிறேன். என்னைப் பற்றி எதுவும் தெரியாத சமயத்தில் அவர் மதிப்புரை எழுதியிருக் கிறார் என்பது மிக முக்கியம்' என்று சொல்லுவார்.

பின்னால் க.நா.சு.வுடன் உறவு ஏற்படுவதற்குக் காரணமே அந்த மதிப்புரைதான். க.நா.சு. மேல் அவருக்கு மதிப்பு இருந் தாலும் ஒரு பயம், சங்கோஜம் எல்லாம் இருக்கும். அதை மறக்காமல் அவரிடம் பேசுவதுபோல எனக்குத் தோன்றும். தன்னுடைய வாழ்க்கையில் ஒரு திருப்புமுனையாக இருந்தது அந்த மதிப்புரை என்றுகூட அவர் சொல்லியிருக்கிறார்.

சக்தி காரியாலயம் வெளியிட்ட புத்தகத்தில் அந்தக் கதைகளெல்லாம் இருக்கின்றனவா?

அழகிரிசாமியும் ரகுநாதனும் *சக்தி* காரியாலயத்தில் வேலை பார்த்துக்கொண்டிருந்தார்கள். அது எந்தக் காலகட்டம் என்று சொல்லத் தெரியவில்லை. என்னிடம் புத்தகங்கள் இருக்கின்றன. எளிதாகச் சரிபார்த்துவிடலாம். ஆனால் என்ன விஷயம் என்று கேட்டீர்களானால் *சக்தி* கொஞ்சம் தளர்ந்துவிட்டது. அது சரியாகப்போகவில்லை. நின்றுபோய்விடுமோ என்ற பயம்கூட எனக்கு வந்தது. மாதப் பத்திரிகையாக வந்துகொண் டிருந்ததைக் காலாண்டிதழாக மாற்றினார்கள் என்ற சந்தேக மும் எனக்கிருந்தது. பிறகு பத்திரிகையில் வந்த விஷயங்களை யெல்லாம் புத்தகங்களாக வெளியிட ஆரம்பித்தார்கள். *சக்தி* ஏற்கெனவே வெளியிட்ட புத்தகங்களெல்லாம் மிக அற்புத மானவை. இன்னும் பல தலைப்புகளும் அவற்றின் காகிதம், அச்சு, பைண்டிங் எல்லாம் எனக்கு நன்றாக நினைவிருக் கின்றன. 42, 43இலிருந்தே அதை மிகச் சிறப்பாக வடிவமைத் திருந்தார்கள்.

அந்தக் காலத்திலும் அதற்குப் பின் *சக்தி*யின் க்ஷீண தசையிலும் – ரகுநாதன்தான் பிளான் பண்ணினாரா என்று

தெரியவில்லை – வேறு விதமான சில புத்தகங்களுக்கு விளம்பரம் வந்தது. ரகுநாதன் எழுதிய 'கன்னிகா' என்ற நாவல் ஞாபகம் இருக்கிறது. ரகுநாதன்மேல் ஒரு பிரமிப்பும் அவர் புதுமைப் பித்தன் வாரிசு, பின்னால் புதுமைப்பித்தனுக்கு இணையாக எழுதுவார் என்று மனதில் இருந்ததினாலும் புத்தகத்தை வாங்க வேண்டுமென்று தீர்மானம் செய்தேன்.

ஒவ்வொரு நாளும் மணிமேடைக்குப் போவது, புத்தகம் வந்திருக்கிறதா என்று விசாரிப்பது. ஒரு நாள் வந்திருந்தது. அதை வாங்கிப் படித்தேன். அந்த நாவலின் விஷயம் என்ன வென்றால் ஒரு சின்னப் பெண், வயதுக்கு வரக்கூடிய பருவத்தில் அவளுக்கு ஏற்படக்கூடிய உணர்ச்சிகள்; மனரீதியாகவும் உடல்ரீதியாகவும் ஏற்படக்கூடிய உணர்வுகள்; அவளுக்குப் பாலுணர்வு விழிப்பு ஏற்படக்கூடிய விஷயங்கள் இவை பற்றி யெல்லாம் மிகவும் ரசமாகச் சொல்லியிருந்தார். அந்த நாவல் மிகவும் பிடித்திருந்தது. அதன் ரொமாண்டிக் பேக்ரவுண்டும் பிடித்திருந்தது. தொடர்ந்து இந்த மாதிரியான புத்தகங்கள் வரலாம். அதையெல்லாம் ஒன்று விடாமல் வாங்கிக்கொள்ள முடியும். ஏனென்றால் பேப்பர் பேக்ஸ் எட்டணா அல்லது முக்கால் ரூபாய் விலைதான் இருக்கும்.

இரண்டாவது வந்த புத்தகத்திலோ *சக்தி* இதழிலேயோ இன்னொரு விளம்பரத்தைப் பார்த்தேன். '*டாக்டரா விபசாரியா?* – கு. அழகிரிசாமி' என்று போட்டிருந்தது. தலைப் பைப் பார்த்தவுடனேயே அழகிரிசாமியின் தலைப்பு மாதிரி இல்லையே என்று தோன்றியது.

அந்த அளவுக்கு அவர் எழுத்து உங்களுக்குப் பழக்கமாகிவிட்டதா?

பழக்கமாகிவிட்டதென்றே நினைக்கிறேன். பழக்கம் ஆகவில்லையென்றாலும் ரகுநாதன் சொல்லி அவருடைய மென்மையான உருவம் ஞாபகத்தில் இருந்தது. அவர் மிகவும் மென்மையானவர் என்று ஒரு எண்ணம்.

கதைகள் படித்திருந்தீர்களில்லையா?

கதைகளைப் படித்திருக்கிறேன். கதைகளைப் படித்திருந் தாலும்கூட அவர்மேல் ஒரு முக்கியத்துவம் உருவானதற்கு ரகுநாதனுடைய பேச்சும் காரணமாக இருந்திருக்கிறது. அதனால் அழகிரிசாமி போடுகிற தலைப்பு மாதிரி இல்லை. ரகுநாதன் தான் போட்டிருக்கிறார் என்று நினைத்துக்கொண்டேன். அந்தப் புத்தகத்தில் தலைப்புக்கு சம்பந்தமான சுவாரசியங்கள் ஒன்று மில்லை. தலைப்பு ஒன்றுதான் அந்த மாதிரியான எண்ணத்தை ஏற்படுத்தியதேயொழிய உள்ளே அந்த மாதிரி இல்லை. அந்தப் புத்தகத்தை மறுபதிப்பு போடும் சமயத்தில் அழகிரிசாமி தலைப்பை

மாற்றிவிட்டார். என்ன தலைப்பு என்று எனக்கு ஞாபகம் இல்லை.*

பொதுவாக அந்தக் காலகட்டம் இரண்டு பேருக்குமே சந்தோஷமான காலகட்டமல்ல என்றுதான் நான் நினைக்கிறேன். அதற்குப் பின்னால் ரகுநாதன் 'ஆணா? பெண்ணா?' என்று ஒரு புத்தகம் எழுதினார். ஆண் குழந்தை வேண்டுமென்றால் ஆண் குழந்தை பிறக்கும். பெண் குழந்தை வேண்டுமென்றால் பெண் குழந்தை பிறக்கும். அதைப் பற்றிய ஒரு தியரி. அதுபோன்ற புத்தகங்கள் எல்லாம் ஆங்கிலத்தில் இருந்தன. அவற்றையெல்லாம் வாங்கிப் படித்திருந்தார். அதிலிருப்பதெல்லாம் முழுவதும் நம்பக்கூடிய விஷயமல்ல என்று ரகுநாதனுக்கும் தெரியும். ஆனால் அந்தத் தலைப்பில் ஒரு விற்பனை சாத்தியம் இருக்கிறது. நிறைய பேருக்கு அந்தப் பிரச்சினை இருப்பதனால் அது பரபரப்பாக விற்பனை ஆகும் என்று அவர் நினைத்திருக்கலாம். இவையெல்லாம் அவர்கள் ஆசைப்பட்டு செய்த விஷயங்களல்ல. சக்தி உருவாவதற்கான பொருளாதாரம் கிடைத்ததென்றால் திரும்பவும் பத்திரிகையைக் கொண்டு வரலாம் என்று வை. கோவிந்தன் சொல்லியிருக்கலாம். இவை யெல்லாம் என்னுடைய அனுமானங்களேயொழிய நான் அவர்களிடம் கேட்டுத் தெரிந்துகொண்ட விஷயங்களல்ல.

1952இல் அகில இந்திய எழுத்தாளர் மாநாடு சென்னையில் நடந்தது. அந்தச் சமயத்தில் என்னுடைய புத்தகம் அச்சாகிக் கொண்டிருந்தது. நான் கொஞ்சம் கதைகளை எழுதியிருந்த சமயத்திலேயே இதையெல்லாம் ஒரு புத்தகமாகக் கொண்டு வரலாம் என்று அழகிரிசாமி சொன்னார். அப்போது 'ஸ்டார் பிரசுர'த்தில் அவருக்குச் செல்வாக்கு இருந்தது. அவர் சொன்னால் புத்தகத்தைப் போடுவார்கள். அப்படிப் பல புத்தகங்கள் வந்திருக்கின்றன. புதுமைப்பித்தன் புத்தகங்கள் வந்திருந்தன. அழகிரிசாமி ரொம்ப அளவுக்கு 'ஸ்டார் பிரசுரத்'திற்கு உதவி செய்திருக்கிறார்.

என்னுடைய கதைகளெல்லாம் – கட்டிங்ஸ் எல்லாம் – அழகிரிசாமியிடம் இருந்தன. ஒரு சந்தர்ப்பத்தில் அந்தக் கதைகளை ராமநாதனுக்கு அனுப்பிவிட்டேன் என்று எழுதினார். ஆனால் புத்தகம் எந்த நேரத்தில் வரும் என்பதொன்றும் தெரியவில்லை. இது சம்பந்தமாக விசாரிக்க வேண்டாம், வருகிற நேரத்தில் வரட்டும் என்று நினைத்தேன். என்னுடைய புத்தகங்களை வெளியிடுவதற்காக ஆரம்பத்திலிருந்து இது வரையும் நான் எந்த முயற்சியையும் எடுத்துக்கொள்ளவேயில்லை.

---

* டாக்டர் அனுராதா

கூடிவந்த நட்புகள், வேறு நண்பர்கள் முன்வந்தது ஆகியவை மூலம்தான் அந்தக் காரியங்கள் நடந்தனவே தவிர அதற்கான முயற்சியை நான் எடுத்துக்கொண்டதேயில்லை.

அதேபோல என் புத்தகங்கள் அவுட் ஆஃப் பிரிண்ட் ஆன சமயத்தில்கூட நீங்கள் வெளியிடுங்கள் என்று நான் யாரிடமும் சொன்னதே கிடையாது. சமயங்களில் இரண்டு வருடங்கள் புத்தகம் கிடைக்காமலேயே இருக்கும். சில சமயம் எந்தப் புத்தகமும் இல்லாமலும் இருந்திருக்கிறது. அதெல்லாம் ஒரு காலம். அதே சமயத்தில் நா. பார்த்தசாரதி போன்றவர்கள் ஒவ்வொரு நாளும் பதிப்பாளரைச் சந்தித்துக்கொண்டிருந் தார்கள். நீங்கள் இதைச் செய்யுங்கள், இது சரியாக வரவில்லை, திரும்ப இரண்டாம் பதிப்பு போடும்போதாவது மாற்றுங்கள் என்று சொல்வார். நான் சம்பந்தமில்லாத ஒரு உறவைத்தான் பதிப்பாளரோடு வைத்திருந்தேன். காப்புரிமைத் தொகையைக் கூட நானாகக் கேட்டதில்லை. முதலில் திருப்பதிக்குப் போனது ஒரு ரசமான கதை. அந்தச் சமயத்தில் சென்னைக்குப் போய் கண. முத்தையாவிடம் ஒரு ஐந்நூறு ரூபாய் கொடுங்கள் என்றேன்.

அப்போது பதிப்பாளர்கள் காப்புரிமைத் தொகை கொடுத்துக்கொண் டிருந்தார்களா?

ஆமாம். தந்துகொண்டிருந்தார்கள். 'தமிழ்ப் புத்தகாலயத்' திலும் சரி, 'ஸ்டார் பிரசுரத்'திலும் சரி முறையாகப் பணத்தைக் கொடுத்துக்கொண்டிருந்தார்கள். அதில் கணக்குப் பார்த்து ராயல்டி எத்தனை சதவீதம் என்பதெல்லாம் எனக்குத் தெரியாது. எனக்குப் பணம் அனுப்ப வேண்டும் என்ற அவசரம் இல்லாதத னால் அவர்கள் வைத்துக்கொண்டிருப்பார்கள். நான் கேட்கிற போது கொடுக்கலாம் என்று நினைத்திருக்கலாம்.

கிருஷ்ணன் நம்பி அங்கே இருந்த சமயத்தில் திடீரென்று அவருக்குப் பணமுடை ஏற்பட்டது. பதிப்பாளர்களான 'ஸ்டார் பிரசுரம்' ராமநாதனுக்கும் கண. முத்தையாவிற்கும் கடிதம் எழுதினேன். அவர்கள் என்னுடைய ராயல்டி அக்கௌண்டில் பற்று எழுதிவிட்டு நம்பிக்குப் பணம் கொடுத்திருந்தார்கள். இந்த மாதிரி நடந்திருக்கிறது. மற்றபடியான எங்கள் உறவு சென்னையில் வீடுகளில் குடியிருப்போருக்கும் வீட்டு உரிமை யாளருக்கும் இருக்குமே அது மாதிரியான உறவுதான்.

அந்தச் சமயத்தில்தான் என்னுடைய புத்தகம் தயாராகிக் கொண்டிருப்பதாக ரகுநாதன் சொன்னார். மாநாட்டில் பார்த்து அச்சாகிவிட்டது. மாநாடு முடிந்தவுடன் வெளிவரும் என்றார். மாநாடு முடிந்தவுடன் புத்தகம் வெளிவந்தது. நானும் நம்பியும் அங்கேதான் இருந்தோம்.

அதுதான் முதல் தொகுப்பு இல்லையா?

ஆமாம். அதுதான் முதல் தொகுப்பு. அந்தச் சமயத்தில் சென்னையில் இருந்த எழுத்தாளர்களுக்கு என் பெயரில் ஓர் அபிப்பிராயம் இருந்தது. சிலருடன் நேர்ப் பழக்கமும் இருந்தது. சிலருடன் பழக்கமில்லை. இருந்தாலுங்கூட நல்லா எழுதறான் என்ற எண்ணம் இருந்தது. அவர்களெல்லாம் ராமநாதனிடம் சொன்னார்களா அல்லது ராமநாதனே யோசனை செய்தாரா என்று எனக்குத் தெரியவில்லை. அவர் வீட்டு மாடியில் இன்ஃபார்மலாக ஒரு கூட்டம் போட்டார். அவ்வளவு பேரை எதிர்பார்க்கவே இல்லை. ஒரு ஆள் பாக்கி யில்லாமல் அவ்வளவு பேரும் வந்துவிட்டார்கள். ராமாமிருத மெல்லாம் கூட்டத்தில் கலந்துகொள்பவரேயல்ல. அவர் வந்திருந்தார். சிதம்பர சுப்ரமணியம், சிவபாதசுந்தரம், ரகுநாதன், அழகிரிசாமி எல்லோரும் புத்தகம் வெளியிடும் அன்றைக்கு வந்துவிட்டார்கள். அந்த ஹாலில் உட்கார இடமில்லாதபடி நிறையபேர் வந்துவிட்டார்கள்.

முதலில் ராமநாதன் பலகாரமும் காப்பியும் கொடுத்தார் என்பது நினைவிருக்கிறது. பிறகு ஒவ்வொருவரும் எழுந்து பேச ஆரம்பித்தார்கள். ரகுநாதன் இவர் மிக முக்கியமான எழுத்தாளர் என்று பேசினார். ஜானகிராமனும் இவர் ரொம்ப முக்கியமான ஆள்தான் என்று சொன்னார். இதைக் கேட்கிற சமயத்தில் எனக்கு உடம்பு மிகவும் கூசியது. இவ்வளவு முக்கிய மான எழுத்தாளர்களெல்லாம் வரிசையாக இப்படிச் சொல் கிறார்களே என்று கூச்சமாக இருந்தது. கிருஷ்ணன் நம்பி என்ன சொல்ல வருகிறான் என்பது தெரியாமல் ஓரளவுக்கு உணர்ச்சிவசப்பட்டுவிட்டு ‘இவருடைய கதைகளைப் பற்றித் தான் உங்களுக்குத் தெரியும். வாசிப்பைப் பற்றி உங்களுக்குத் தெரியாது. அப்புறம் அவர் எப்படிப் பேசுவார் என்று உங்களுக்குத் தெரியாது. ஆனால் நான் அதைக் கேட்டுப் பயனடைந்திருக் கிறேன்’ என்று பேசிக்கொண்டிருந்தான். தொடையில் ஒரு கிள்ளு கிள்ளிவிடலாமா என்று நினைக்கிற அளவிற்குப் பேசிக் கொண்டே இருந்தான். என்னைப் பேசச் சொன்னார்கள். ஆனால் எனக்கு நெஞ்சை அடைத்துக்கொண்டது. ஏதோ சம்பிரதாயமாகச் சில வார்த்தைகளைச் சொல்லிவிட்டு வந்து விட்டேன். கூட்டம் முடிந்த பிறகும் எல்லோரும் நின்றிருந் தார்கள். எழுத்தாளர்கள் யாரும் மடமடவென்று போய்விட வில்லை. இப்படி ஓர் இளம் எழுத்தாளனை மூத்த எழுத்தாளர்கள் வந்து பாராட்டியது பெரிய விஷயம். க.நா.சு., செல்லப்பா இருவரும் வந்திருந்தார்கள். இருவரும் பாராட்டினார்கள். க.நா.சு. கொஞ்சம் மிதமாகவே பாராட்டினார். “‘இப்பவே

நல்லா எழுதறோம்' என்ற எண்ணத்தை உண்டாக்கிவிடக் கூடாது. அவரும் அதிகமாக கற்பனை பண்ணிக்கொள்ளக் கூடாது. இன்னும் எவ்வளவோ தூரம் போவதற்கான வாய்ப்பு இருக்கிறது. இதுதான் என்னுடைய எண்ணம்" என்று பேசினார்.

ஓர் இளம் எழுத்தாளருக்குச் சென்னையில் இதுபோன்ற கூட்டம் நடந்ததே கிடையாது என்று எல்லா எழுத்தாளர் களும் சொன்னார்கள். எந்த விஷயத்திற்கும் சண்டை சச்சரவு தான். இரண்டுபேர் சேர்ந்தால் நான்கு பேர் பிரிந்துபோய் விடுவார்கள். இதுதான் எப்போதும் நடக்கும்.

எங்கள் அண்ணா வீடு ஸ்டார் பிரசுரத்திற்குப் பக்கத்தில் இருந்ததனால் எங்கள் அண்ணாவும் அண்ணியும் வந்திருந் தார்கள். நான் இரவில் அண்ணன் வீட்டில் படுக்கப்போன போது பத்தரை மணி ஆகிவிட்டது. அப்போது அண்ணன் சொன்னார். "நீ இவ்வளவு முக்கியமான ஆளா? எனக்குத் தெரியவே தெரியாது." அதே மாதிரி அண்ணியும் சொன்னாள். "நாங்கள் உன்னைப் பற்றி நினைத்துக்கொண்டிருப்பதற்கும் வெளியில் நீ இருப்பதற்கும் சம்பந்தமே இல்லை. இந்த வெளியூரில் நாங்கள் உன்னைத் தக்கபடி கவனிக்கவே இல்லை. சாதாரண மாகத்தான் உன்னைக் கவனித்திருக்கிறோம்" என்றார்கள். அப்படிக் கவனிக்கிறதுதான் சந்தோஷமாக இருக்கிறது என்றேன். அவர்கள் மிகவும் பாராட்டியே சொன்னார்கள்.

அப்போது செல்லப்பாவும் க.நா.சு.வும் இங்கேயே வந்து விட்டார்கள். உற்சாகமாகப் பேசிக்கொண்டிருந்தார்கள். அப்படிப் பேசிக்கொண்டே இருந்த சமயத்தில் சின்ன வாக்கு வாதம் நடந்தது. அது என்னவென்றால், செல்லப்பா அலசல் விமரிசனம் தான் வேண்டும் என்று சொல்கிறார். க.நா.சு.வோ சின்னதாக அபிப்பிராயங்கள் சொன்னால் போதும், ஒவ்வொரு இடத்திலும் அபிப்ராயங்களையும் காரணங்களையும் சொல்லிக் கொண்டிருக்க வேண்டியதில்லை என்கிறார். பேச்சு வார்த்தை கொஞ்சம் கொஞ்சமாக வளர்ந்து விவாதமாக மாறிவிட்டது. மாமிகூட வந்து கடைசியாக எட்டிப் பார்த்தாள். வயதான ஆட்கள் சண்டை போட்டுக்கொள்கிற மாதிரி இருக்கிறதே என்றாள்.

அழகிரிசாமியைப் பற்றித்தானே பேசிக்கொண்டிருந்தோம். இதை இந்த இடத்தில் ஏதோ ஞாபகத்தில் சொல்லிவிட்டேன்.

உங்களுடைய புத்தகம் வெளிவந்ததற்குப் பிறகு?

அது முடிந்த பிறகு சென்னைக்குப் போகும் சமயத்திலெல் லாம் போவதுபோல நாங்கள் சேர்ந்து ஹோட்டலுக்குப் போனோம்.

அழகிரிசாமி அழகான தோற்றம் உள்ளவர் அல்ல. முதலில் பார்த்தபோது அவருடைய தோற்றம் எனக்கு ஏமாற்றத்தைத் தந்தது. அப்புறம் நெருங்கிப் பழகிய சமயத்தில் மிகவும் அன்பு பாராட்டக்கூடிய, உறவு பாராட்டக்கூடிய மனிதராக அவர் இருக்கிறார் என்று தெரிந்தது. அதன் பிறகு ஒரு குறையும் எனக்குக் குறையாகவே தோன்றவில்லை. அவருடன் மிகுந்த நட்புடன் இருந்தேன்.

அவருக்குச் சில பழக்கங்கள் எல்லாம் உண்டு. வீட்டை விட்டுக் கிளம்பியதும் கையில் ஒரு பையை வைத்துக்கொள்வார். அவருக்கு என்றே ஒரு கடை உண்டு. நன்றாக வெற்றிலை பாக்கு போடுபவர்கள் எல்லோருக்குமே அந்தக் கடைதான். ஜானகிராமனுக்கும் அந்தக் கடை தெரியும். அழகிரிசாமிக்கும் அந்தக் கடை தெரியும். அந்தக் கடைக்குப்போய் சீவல் வெற்றிலை எல்லாவற்றையும் வாங்கி ஸ்டாக் வைத்துக்கொள்வார்.

வெற்றிலை போட ஆரம்பித்தால் போட்டுத் துப்புவார். அப்புறம் திரும்பவும் போடுவது, திரும்பவும் துப்புவது என்று இருப்பார். ஆறு மணியிலிருந்து பத்து மணிவரைக்கும் நாங்கள் பேசிக்கொண்டிருப்போம். அந்த நான்கு மணி நேரத்தில் குறைந்தது இருபது தடவையாவது வெற்றிலை போட்டிருப்பார். அது அவருக்குத் தொடர்ந்து தேவையாக இருந்தது.

உடை விஷயத்தில் பளபளப்பாக இருக்கிற உடைகள் எதுவும் போட மாட்டார். கொஞ்சம் நைஸாக இருக்கக்கூடிய உடையைத் தொடவே மாட்டார். அவருக்கு உடை கரடு முரடாகத்தான் இருக்க வேண்டும். போட்டுக்கொள்கிற சட்டை கரடுமுரடாகத்தான் இருக்க வேண்டும். கட்டிக்கொள்கிற வேஷ்டியும் கரடுமுரடாகத்தான் இருக்க வேண்டும். கதர் உடுத்துவதுதான் வழக்கம். கதர் வழக்கமாகவே கரடுமுரடாகத் தான் இருக்கும் இல்லையா. அதைத்தான் தேர்ந்தெடுத்து வாங்கு வார். கதர்ச் சட்டையும் கதர் வேஷ்டியும்தான் அணிந்து கொள்வார், சிலசமயங்களில் அவ்வளவு கரடுமுரடாக இல்லாத கைத்தறி வேஷ்டியோ நாட்டு வேஷ்டியோ கிடைத்தால் கட்டிக் கொள்வார். அதையெல்லாம் கட்டிக்கொள்வதைவிடக் கரடு முரடாக இருப்பதைக் கட்டிக்கொள்வதுதான் அவருக்கு மிக முக்கியம். கரடுமுரடாகக் கிடைத்துக்கொண்டிருந்தது கதர் தான் என்பதனாலேயும் காந்தி பேரில் அக்கறை இருந்தத னாலேயும் கதரைத் தவிர வேறு எதையும் உடுத்த அவர் விரும்பியதில்லை.

அவருடைய அக்கறைகளில் கொஞ்சம் முரண்பாடு இருப்பதுபோலத் தோன்றும். காந்திமீதும் அக்கறை, லெனின் மீதும் அக்கறை, ராமன்மீதும் அக்கறை.

ராமன் என்றால் கம்பனுடைய ராமன் என்றுதான் சொல்லுவார். ராமன் என்று தனியாகப் பிரித்துச் சொல்ல மாட்டார். கம்பன் ராமன் என்று பிரிக்காமல் வைத்துக்கொள் வார். துளசி இராமாயணத்தில் வரும் ராமன் எந்த ராமன் என்பதிலெல்லாம் அவருக்கு அக்கறை இல்லை. அவர்கள் எல்லாம் என்ன வேண்டுமானாலும் ஆகிவிட்டுப் போகட்டும். அவரைப் பொறுத்துக் கம்பனுடைய ராமன்தான் முக்கியம். அந்த ராமனைப் பற்றித்தான் அழகிரிசாமி சொல்லுவார்.

மிகவும் சிக்கனமாக இருப்பார். ஏனென்றால் அவருக்கு வருமானம் கம்மிதான். ஆனால் எல்லாவற்றிலும் அந்தச் சிக்கனம் கிடையாது. விருந்தாளிகளை அழைத்துக்கொண்டு போய் உபசாரம் செய்வது, ஹோட்டலுக்குப் போவது, இதிலெல்லாம் சிக்கனம் கிடையாது. சுத்தமான உடைதான் அவருக்குப் பிடிக்கும். அநேகமாக சலவை செய்த உடையைத் தான் எப்போதும் அணிந்துகொள்வார். நான் சொன்ன மாதிரியே செல்லப்பாவைப் பற்றி அழகிரிசாமியும் சொல்லி யிருக்கிறார். “செல்லப்பா சட்டையையும் வேஷ்டியையும் ஆறு மாதத்திற்கு ஒரு தடவையாவது சலவை செய்யக் கூடாதா?” என்று கேட்டு வருத்தப்பட்டிருக்கிறார்.

அழகிரிசாமி சென்னைக்கு வந்ததற்குப் பின்னால் பல வருடங்கள் ஆன பிறகும் அவருடைய கொச்சைப் பேச்சில் கடுகு அளவு மாற்றம்கூடக் கிடையாது. யாரிடம் பேசினாலும், தன் அம்மாவிடம் எப்படிக் கொச்சையாகப் பேசுவாரோ அதே மாதிரிப் பேசுவார். சபைக்கு ஏற்றதுபோலப் பேச்சை மாற்றிக்கொள்வதோ பெரிய மனிதர்களெல்லாம் இருக்கிறார் கள், கொச்சைப் பேச்சை மறுப்பார்கள் என்பதற்காக அவர் தன்னை மாற்றிக்கொள்வதோ இல்லை. அதில் மிகுந்த தெளிவு இருந்தது அவருக்கு.

அவருடைய தனிப்பட்ட வாழ்க்கையைப் பற்றி உங்களிடம் பேசி யிருக்கிறாரா?

அவருடைய வாழ்க்கை வரலாறு என்று கேட்டவுடனேயே பல செய்திகள் நினைவுக்கு வருகின்றன. சின்ன வயதிலிருந்து பட்ட துன்பங்கள், பார்த்த வேலைகள், கை ஊனமடைந்த விஷயம், அப்புறம் எங்கெல்லாம் வேலை பார்த்தார் என்ற தகவல்கள், அப்புறம் அவருக்கும் புதுமைப்பித்தனுக்கும் இருந்த உறவு, அவருக்கும் ரகுநாதனுக்கும் இருந்த உறவு பற்றியெல் லாம் மிக விரிவாக என்னிடம் சொல்லியிருக்கிறார். அவற்றை யெல்லாம் எழுதுவதாக இருந்தால் மிக விரிவாக நாம் எழுதலாம். எழுதினால் அது நூறு நூற்றைம்பது பக்கங்கள் வரும். இந்தப் பகுதிகள் எல்லாம் முக்கியமானவை. வாசகருக்கு ரொம்ப முக்கியமானவை.

அவருடைய வாழ்க்கை வரலாறு தமிழில் வந்த மாதிரி தெரியவில்லை. யாருமே எழுதவில்லையா?

இரண்டு வாழ்க்கை வரலாறுகள் வந்துள்ளன. வாசகர் வட்டம் இல்லை இல்லை இலக்கியச் சிந்தனைக்காக ஒரு பயோகிராஃபி எழுதியிருக்கிறார்கள். அதை நான் படித்த தில்லை. அழகிரிசாமி யார் யாருடைய வாழ்க்கை வரலாற்றை யெல்லாமோ எழுதினார். ஆனால் அவருக்கு எழுதப்பட்டது நன்றாகவே இல்லை என்பதுபோல நண்பர்கள் சொல்லியிருக் கிறார்கள். நான் படித்ததில்லை. அதனால் அவருக்கு இன்னொரு வாழ்க்கை வரலாற்று நூல் வரலாம்.

என்னிடம் அவர் ஒரு விஷயம் சொல்வார். "முதலில் எனக்குக் கதை படிக்க ருசியாக இருக்க வேண்டும். இரண்டாவது அதில் ஈரப்பசை இருக்க வேண்டும். வறட்சியாகச் சொல்லக் கூடாது. அப்படிச் சொன்னால் நான் ஒத்துக்கொள்ள மாட்டேன்" என்பார். "Complexity என்று சொல்கிறார்களே அது எனக்கு ஒத்துவரவே வராது. அது மேல்நாட்டில் ஏற்படுத்தப் பட்டதானாலும் சரி, தமிழ்நாட்டில் ஏற்பட்டதானாலும் சரி, ஒத்துவரவே செய்யாது. மௌனி ஒரு எழுத்தாளரே அல்ல" என்றெல்லாம் சொல்வார். அப்படியெல்லாம் சொல்கிறாரே அதையெல்லாம் எழுதுவாரா என்று கேட்டீர்களென்றால் அவர் எழுதியிருக்கிறார். அவர் காலத்தில் எழுதியிருக்கிறார். அதையெல்லாம் பேசுவதற்கோ எழுதுவதற்கோ எந்தத் தயக்க மும் கிடையாது. மௌனிக்குத் தமிழே தெரியாது. அவர் ஒரு எழுத்தாளர் என்று சும்மா புரளி பண்ணிக்கொண்டு இருக் கிறார் என்பார்.

அழகிரிசாமிக்கு க.நா.சு. சொல்வது எல்லாம் மிக உயர்வான அபிப்பிராயங்கள் என்றுதான் எண்ணம். ஆனால் மௌனி விஷயத்தில் மட்டும் க.நா.சு. சொல்கிறார் என்பதற்காக நான் ஒத்துக்கொள்ள மாட்டேன் என்பார்.

புதுமைப்பித்தன் முக்கியமான எழுத்தாளர். அவருக்கு ஈடானவர்கள் யாருமே கிடையாது. மணிக்கொடி கோஷ்டி யிலும் யாரும் கிடையாது என்றும் சொல்லியிருக்கிறார்.

அப்போது ஜெயகாந்தன் வேகமாக வளர்ந்துவந்த சமயம். ஜெயகாந்தன் கதைகளை அழகிரிசாமி தவறாமல் படித்திருக் கிறார். அவருக்கு மிகுந்த பாராட்டுணர்வு ஏற்பட்டது. விதவித மான கதாபாத்திரங்கள், விதவிதமான இடங்கள், அவருக்குச் சின்ன வயசுதானே; எப்படி இவ்வளவு கதாபாத்திரங்களையும்

கு. அழகிரிசாமி எழுத்துகள் – ஒரு திறனாய்வு – என்.ஆர். தாசன்.

அவரால் உருவாக்க முடிகிறது என்று சொல்லி சந்தோஷப் படுவார்.

செல்லப்பா, பி.எஸ்.ராமையா இவர்களைப் பற்றியெல்லாம் அழகிரிசாமிக்கு உயர்வான எண்ணம் இல்லை.

இதற்குப் பிறகு ஜானகிராமனுக்கும் அவருக்கும் இடையே நெருக்கமான நட்பு ஏற்பட்டது. ஜானகிராமன் எழுத்துக்கள் பற்றி மிக உயர்வான எண்ணம் அவருக்கிருந்தது. அவர் ரொம்ப பெரிய craftsman என்று சொல்வார். அடிக்கடி ஜானகிராமன் வீட்டுக்குப் போய்ப் பேசிக்கொண்டிருப்பார்.

அவர் யார் யார் வீட்டுக்குப் போவார் என்றால் ஜானகி ராமன் வீட்டுக்குப் போவார் என்பது நன்றாக ஞாபகத்தில் இருக்கிறது. அப்புறம் ஸ்டார் பிரசுரத்தில் எல்லா எழுத்தாளர் களும் ஒன்றாகச் சேரும் சமயத்தில் போய் உட்கார்ந்து தனிக் கச்சேரி ஒன்று பண்ணுவார். சில சமயம் கடற்கரைக்குப் போய் உட்கார்ந்து எழுத்தாளர்களோடு பேசிக்கொண்டிருப்பார்.

தனிப்பட்ட முறையில் ஒரு எழுத்தாளர் வீட்டுக்குப் போவது என்றால் எனக்குத் தெரிந்து சென்னையில் ஜானகி ராமன் வீட்டிற்கு மட்டும்தான் போயிருக்கிறார். வெளியில் ஹோட்டலுக்குப் போவது என்றால் எல்லோருடனும் சாப்பிடப் போவார் என்று தோன்றவில்லை. என்னோடு வருவார். நாங்கள் இரண்டு பேரும் போவோம். நா. பார்த்தசாரதி வந்தால் நாங்கள் மூன்று பேர் போவோம். மற்றபடி வேறு ஆட்களுடன் ஹோட்ட லுக்குப் போக விரும்ப மாட்டார். ஹோட்டலுக்கு வருவது என்பது சாப்பிடுவதற்கு மட்டுமல்ல. ஒரு உறவைக் கொண் டாடுகிற விஷயமாகவும் அது அவர் மனதில் இருந்திருக்க வேண்டும்.

ஆரம்ப காலங்களில் அவர் பேசுவது எனக்குச் சரியாகப் புரியவில்லை. ஒரு மாதிரியான கிராமத்துப் பேச்சு. அத்துடன் மிக வேகமாகவும் பேசுவார். அப்புறம் இதையே க.நா.சு.வும் சொன்னார். முதலில் அவர் பேசுவது எனக்குப் புரியவில்லை. ஆனால் போகப்போக என்ன பேசுகிறார் என்று தெரிகிறது என்று சொன்னார்.

இலக்கிய அபிப்பிராயங்களில் அழகிரிசாமி மிகவும் கறாராக இருப்பார். ஏதோ சில சந்தர்ப்பங்களில் அவருடைய mood கெட்டுப்போய்விட்டது என்றால் கன்னாபின்னாவென்று பேச ஆரம்பித்துவிடுவார். அப்போது நமக்கு ரொம்ப சங்கட மாக இருக்கும். அந்த மாதிரி சில சந்தர்ப்பங்களில் நிகழ்ந் திருக்கிறது.

ஆனால் ஸ்டார் பிரசுரத்தில் நடக்கும் கூட்டத்தில் மற்ற எழுத்தாளர்கள் எல்லாம் மிகவும் ஆவலுடன் எதிர்பார்ப்பது அழகிரிசாமியைத்தான். அவர் வந்தவுடனேயே சபை களை கட்டிவிடும். பல சமயங்களில் எனக்கும் நம்பிக்கும் அங்கே இருக்கக்கூடிய பாக்கியம், பாக்கியம் என்றுதான் சொல்லணும், கிடைத்திருக்கிறது. அவ்வளவு சந்தோஷமான நேரம் அது. அழகிரிசாமி என்ன 'மூடில்' இருப்பாரோ இவர்கள் என்ன 'மூடில்' இருப்பார்களோ என்றெல்லாம் தெரியாது. நிறைய நேரம் பேசிக்கொண்டேயிருப்பார். ஒவ்வொருவருடனும் பேசிக் கொண்டேயிருப்பார். க.நா.சு., செல்லப்பா எல்லோரும் இருப்பார்கள். அழகிரிசாமி அவர்பாட்டுக்குப் பேசிக்கொண்டே யிருப்பார். ஓரளவுக்குப் பேசி முடித்தவுடன் சட்டென்று ஒரு சப்ஜெக்டை ஓப்பன் பண்ணுவார். ஒரு பெரிய கிரியேஷ னுக்கான சப்ஜெக்ட். அதைப் பற்றி மனதுக்குள் பெரிய பெரிய பிக்சர்கள் வைத்திருப்பார். எங்கிருந்து எங்கே போக வேண்டும், எப்படி ஆரம்பிக்க வேண்டும் என்பது பற்றியெல் லாம் ஒரு திட்டம் இருக்கும். அதையெல்லாம் சொல்லுகிற சமயத்தில் க.நா.சு. போன்றவர்கள் குழந்தை மாதிரி சிரிப் பார்கள். க.நா.சு. அவ்வளவு வாய்விட்டுச் சிரிக்கக்கூடியவர் அல்ல. குழந்தை மாதிரி சிரிப்பார். கண்ணிலிருந்து கண்ணீர் கூட வரும். மூக்குக் கண்ணாடியை எடுத்துச் சட்டையால் கண்ணைத் துடைத்துக்கொள்வார். அந்த மாதிரியெல்லாம் பேசுவார். அவர் என்ன பேசினார் என்று இப்போது நான் திரும்பப் பேசினால் அதில் ஹாஸ்யமே இருக்காது. அவர் பேசுகிற பாணியால்தான் அந்த ஹாஸ்யம் வருகிறது. அவர் சொன்ன கதையே திரும்பத் திரும்ப வந்ததைப் பல ஆட்கள் கேட்டிருக்கிறார்கள். அப்போதும் அதேமாதிரி சிரிப்பார். இந்த விஷயத்தைப் பிரசன்ட் பண்ணுகிற முறை, டைமிங், அதைத் தேர்ந்தெடுப்பது அதையெல்லாம் அழகாகச் செய்வார் அவர்.

ஒரு தடவை கம்பரைப் பற்றிப் பேசக்கூடிய விவாத அரங்கம் நடக்கிறது. கலந்துகொண்டவர்களில் ஒருவர் பாஸ்கரத் தொண்டைமானுடைய மாப்பிள்ளை. பாஸ்கரத் தொண்டைமான் ரகுநாதனின் மூத்த சகோதரர். எங்கள் ஊரில் கலெக்டராக இருந்தார். கலெக்டராக இருந்த நேரத்தில் தான் மருமகனின் மரணமும் சம்பவித்தது. அசட்டுத்தனமாக ஒரு காரியம் செய்ய மாட்டார். ரொம்ப புத்திசாலி. எத்தனையோ தடவை கன்னியாகுமரிக்கும் கன்னியாகுமரி கோவிலுக்கும் போயிருக்கிறார். எத்தனையோ தடவை அங்கே கடற்கரையில் உட்கார்ந்து பேசியும் இருக்கிறார். அங்கே ஒரு நீச்சல் குளம் இருக்கிறது. அந்த நீச்சல் குளத்தில் குளித்திருக்கிறார். அவர்

மாமனாரைப் போலவே இவருக்கும் 'பாரதி' கவிதைகளில் ஈடுபாடு. கவிதைகளைப் பற்றி ரொம்ப ஆவேசமாகப் பேசுவார். தொண்டைமானும் அப்படித்தான். மருமகனை பாஸ்கரத் தொண்டைமானுடைய ஃபாலோயர் என்றுதான் சொல்ல வேண்டும். அவர் பெயர் ஞாபகத்திற்கு வரவில்லை. பெயரைப் பின்னால் சொல்லுகிறேன்*. ஆவேசமாகப் பேசிக்கொண்டிருந்து விட்டு நீச்சல் குளத்தில் குளிக்கப் போனார். குளத்தில் டைவ் பண்ணினார். அப்போது மண்டை கீழே போய் இடித்துத் தலையில் காயம் ஏற்பட்டு இறந்துபோனார். அது மிகவும் சோகமான சம்பவம். அவருக்கு அந்த மாதிரி முடிவு ஏற்பட்டதை நம்பவே முடியாது. புத்திசாலி, விஷயம் தெரிந்தவர் எப்படியோ அந்தமாதிரி நடந்துவிட்டது.

ஒரு ஐ.ஏ.எஸ். ஆபீசர் அழகிரிசாமிக்கு நெருங்கிய நண்பர்**. அவர் எழுதிய புத்தகத்திற்கு அழகிரிசாமிதான் முன்னுரை எழுதியிருந்தார். அந்தப் புத்தகத்தின் பெயர் ஞாபகத்திற்கு வரவில்லை***. நான் சொன்ன விவாத அரங்கத்தில் அந்த ஐ.ஏ.எஸ். ஆபீசரும் இருந்தார். கூடப் பத்து பதினைந்துபேர் அங்கே இருந்தார்கள். அங்கே போய் உட்கார்ந்த உடனேயே அழகிரிசாமிக்கு ஒரு சங்கடம் ஏற்பட்டது. என்ன காரணம் என்று எனக்கு சரியாகச் சொல்லத் தெரியவில்லை. அங்கு நிலவிய ஒரு பாவனையாக இருக்கலாம். நாம்தான் கம்பனைக் கரைத்துக் குடித்திருக்கிறோமே என்ற எண்ணமாக இருக்க லாம். அல்லது நாம் சொல்லுகிற விஷயம் மற்றவர்களுக்குத் தெரியாது. நாம்தான் அதைச் சொல்லுகிறோம் என்பதாக இருக்கலாம். அழகிரிசாமி சத்தம்போட ஆரம்பித்தார். எந்த நிமிடத்தில் சத்தம்போட்டார் என்பது மறந்துபோயிற்று. சரமாரி யாகச் சத்தம்போடுகிறார். 'நீங்கள்தான் கம்பனை வாழ வைக்கிறீர்களா? உங்களுக்கு இங்கிலீஷும் பேசத் தெரியாது தமிழும் பேசத் தெரியாது. இங்கிலீஷும் தமிழும் கலந்து பேசிக்கொண்டிருக்கிறீர்கள். நீங்கள்தான் நமது சமூகத்திற்குக் கமபனைப பறறிச சொல்லவேண்டுமா? எவ்வளவுபேர் கம்பனை முன்னாலேயே படித்திருக்கிறார்கள்' என்றெல்லாம் வெறி பிடித்தவர்போலக் கத்த ஆரம்பித்துவிட்டார். அந்த ஐ.ஏ.எஸ். ஆபீசர் உட்பட எல்லோரும் பயந்துபோய் விட்டார்கள். அழகிரிசாமி, அழகிரிசாமி என்று சொல்லிக்கொண்டே இருக் கிறார்கள். இவருக்கு அவர்கள் சொல்வது ஒன்றும் காதில் விழவில்லை.

---

* வி.கே.சி. நடராஜன்
** வி.எஸ். சுப்பையா
*** கமல விலாஸ்

அவர் அவ்வளவு கத்தியதற்குக் காரணம் என்னவென்று அவரிடம் பின்னால் கேட்டேன். 'என்னவோ தாங்க முடிய வில்லை. நீங்கள் எத்தனையோ இடத்தில் இதுபோன்ற போலித் தனத்தைப் பார்த்திருப்பீர்களே? இவர்கள் கம்பனுடைய ரசிகர்களே அல்ல. கம்பன் மீது ஈடுபாடுள்ளவர்கள் இப்படிப் பேச மாட்டார்கள்' என்றெல்லாம் சொன்னார்.

இதேபோல் பல சந்தர்ப்பங்களில் அவர் கோபப்பட்டிருக்கிறார். நானிருந்த ஒரு சந்தர்ப்பத்தில் ஒரு வாக்குவாதம் உருவானது. அது என்னவென்றால் அந்தக் காலத்தில் தீபாவளி மலர்கள் ஒரு ஏழெட்டு வரும். அவற்றில் வந்த எல்லாச் சிறுகதைகளையும் படித்து எழுத்தில் ஒரு நீளமான கட்டுரையும் எழுதியிருந்தார் செல்லப்பா. அந்தக் கட்டுரையை நான் படித்ததில்லை. பின்னால் தான் தெரிந்தது அந்த மலர்களிலெல்லாம் அழகிரிசாமி கதை எழுதியிருக்கிறார். இரண்டு மூன்று பெயர்களில் எழுதியிருக்கிறார். செல்லப்பாவின் கட்டுரையில் பல கதைகள் நன்றாக இருக்கின்றன. சில கதைகள் நன்றாக இல்லை என்று மட்டுமே சொல்லிக்கொண்டு போகிறார். அதில் எந்த இடத்திலும் அழகிரிசாமியின் பெயரைக் குறிப்பிடவே இல்லை. அதுதான் அவருடைய கோபத்திற்குக் காரணம். அழகிரிசாமிக்கு அவரைப் பற்றி நெகட்டிவாகச் சொன்னால் பிடிக்காது. பாராட்டுகளை எதிர்பார்ப்பார். எழுத்தாளர்கள் அவருடைய எழுத்தைப் பிடிக்காததுபோல் பாவனை காட்டியிருந்தால் அழகிரிசாமிக்கு அவர்களைப் பிடிக்கவே செய்யாது.

அழகிரிசாமியைவிட, செல்லப்பா வயதில் பெரியவர். க.நா.சு, செல்லப்பா போன்றவர்களெல்லாம் ஒரு இடைவெளி இல்லாமல் இதமாகப் பழகியிருப்பவர்கள். க.நா.சு. சொன்னால் ஏற்றுக்கொள்ள முடியாவிட்டாலும் அமைதியாக இருப்பார். தன்னுடைய கட்டுரை பற்றி செல்லப்பா சொல்லிக்கொண்டு வந்தார். அவ்வளவு கதைகளையும் படித்துச் சிரமப்பட்டுதான் எழுதினேன் என்றார். செல்லப்பாவுடன் சண்டை போடும் அபிப்பிராயத்துடன்தான் அழகிரிசாமி கடற்கரைக்குப் போகும் போதே இருந்திருக்கிறார். அப்படிப் போய்க்கொண்டிருக்கிற சமயத்தில் இந்த வத்தலக்குண்டு பார்ப்பான் ரொம்ப விஷமம் பண்றான் என்றார். அவர் யாரைச் சொல்கிறார் என்று எனக்குத் தெரியும். வத்தலக்குண்டில் வேறு எந்த எழுத்தாளரும் இல்லையே. கடற்கரையில் பேசிக்கொண்டிருக்கும்போது, ராஜம் கிருஷ்ணன் கதையைப் பாராட்டிச் சொல்லியிருக்கிறீர்களே என்று யாரோ செல்லப்பாவைப் பார்த்துச் சொன்னார்கள். உடனே அழகிரிசாமி 'மச்சினி' என்றார். செல்லப்பாவுக்கு அசாத்தியமான கோபம் வந்துவிட்டது. 'எனக்கு அவங்க

மச்சினியா? என் சொந்தக்காரர்களை மட்டும்தான் நான் பாராட்டிப் பேசுவேன் என்கிறீர்களா? நான் எழுத்தை மட்டும் தான் பார்க்கக்கூடியவன்' என்று பல உதாரணங்களைச் சொல்லிக் கொண்டிருந்தார். அழகிரிசாமி மிகவும் கிண்டலாகக் 'கோபித்துக் கொள்ளாதீர்கள். ரொம்பப் பாராட்டி எழுதியிருப்பதைப் பார்த்தபோது மச்சினியாக இருக்கலாமோ என்ற சந்தேகம் வந்தது' என்றார். இதற்கெல்லாம் காரணம் அழகிரிசாமியின் பெயரை எங்கேயும் செல்லப்பா குறிப்பிடவில்லை என்பது தான். மற்றபடி செல்லப்பாவைக் கோபித்துக்கொள்ள வேண்டும் என்றோ கிண்டல் செய்யவேண்டும் என்றோ புண்படுத்த வேண்டும் என்றோ அழகிரிசாமிக்கு எண்ணமில்லை. இவர் – செல்லப்பா – சொல்லாவிட்டாலும் க.நா.சு சொல்லியிருக்கிறார். அழகிரிசாமியைச் செல்லப்பா சொல்லாமல் விட்டதற்கும் அதுவே காரணமாக இருந்திருக்கலாம்.

அவருடைய இளம் வயது நிகழ்ச்சிகள் பற்றி ஏதாவது சொல்லி யிருக்கிறாரா?

இளம் வயது பற்றியெல்லாம் சொல்லியிருக்கிறார். அதை நான் விரிவாகச் சொல்ல வேண்டும்.

அவருடைய அம்மாவிற்கும் அவருக்கும் உள்ள அன்பு, ஊரில் அவர் என்ன வேலை செய்தார், அவருடைய கை ஊனமடைந்த விஷயம் பற்றியெல்லாம் சொல்லியிருப்பதாகச் சொன்னீர்கள். ஆனால் விவரமாகச் சொல்லவில்லை.

விவரமாகச் சொல்ல முடியாது. எழுதிப் புத்தகமாகப் போடலாம். எங்கெங்கு வேலை பார்த்தார், என்ன சம்பளத் திற்கு வேலை பார்த்தார், மலேசியா போகிறவரை என்னென்ன சிரமங்களை அனுபவித்தார், மலேசியா போனதற்குப் பிறகு வாழ்க்கை எப்படி இருந்தது என்றெல்லாம் ஓரளவு சொல்லி யிருக்கிறார்.

அழகிரிசாமியின் சிறுகதைத் தொகுப்பைப் படித்த பிறகு 'அமெரிக்காவிலே' என்ற மொழிபெயர்ப்பு நூலையும் அதற்கு முன் பின்னாக 'லெனினுடன் சில நாட்கள்' என்ற நூலையும் வாசித்திருந்தேன். தனக்குக் கிடைக்கக்கூடிய சந்தர்ப்பத்தை யெல்லாம் பயன்படுத்தி மொழிபெயர்ப்புச் செய்துகொடுத் திருக்கிறார். இதை அவர் என்னிடம் சொல்லியிருக்கிறார். ஏனென்றால் அவருக்குக் குறைந்தபட்ச வருமானம் தேவை யாக இருந்தது. புத்தகங்களெல்லாம் அவருக்கு விருப்பமான புத்தகங்கள். அவர் ஒரு மெல்லிய இடதுசாரி மனோபாவம் கொண்டவர். க.நா.சு அதைப் பற்றிக் குறிப்பிட்டபோது அரை குறை முற்போக்கு என்றார். அதைப்பற்றி அழகிரிசாமி வருத்தப்

பட்டார். 'அவர் அப்படிச் சொல்லியிருக்கக் கூடாது. கிண்டல் போல இருக்கிறது. என்னிடம் சொல்லுவதற்கு அவருக்கு உரிமை இருக்கிறது. இருந்தாலும் என்னை அரைகுறை முற்போக்கு என்று சொல்லியிருக்கக் கூடாது' என்று வருத்தப்பட்டார். முற்போக்கு இலக்கியத்திலும் அவருக்கு ஈடுபாடு உண்டு.

நான் 'அமெரிக்காவிலே' என்ற புத்தகத்தைப் படித்திருந்தேன். அதற்கு முன்னாலேயே அந்தப் புத்தகத்தை ஆங்கிலத்தில் வாங்கியிருந்தேன். அது சோவியத் பிரசுரம். விலை மலிவாக விற்பார்களே நாலணா, ஆறணா என்று. அப்படி வாங்கிய புத்தகம். எம். கார்க்கி என்ற பெயர் என் மனதில் பதிந்த பெயர். கார்க்கியின் பெரிய வால்யூம் கிட்டத்தட்ட ஆயிரம் பக்கம் வரும். அருமையான பேப்பர். அதை ஏழு ரூபாய் ஐம்பது பைசாவிற்கு விற்றார்கள். நான் வாங்கின வால்யூமில் மால்வா என்ற ஒரு கதை இருந்தது. ஆனால் எனக்கு அப்போதெல்லாம் ஆங்கிலம் புரியவே புரியாது. மிகுந்த வருத்தம் ஏற்படும். பிறகு திரும்பத் திரும்ப அகராதியைப் புரட்டிப் பார்ப்பேன். அதைப் பற்றியெல்லாம் சொல்லியிருக்கிறேன் என்று நினைக்கிறேன்.

ஆமாம்.

இந்தப் புத்தகத்தைப் படித்த உடனே கார்க்கியின் எழுத்து மிகவும் வியப்பாக இருந்தது. சுற்றிச் சுற்றி நிறைய வருணனை இருந்தது. அந்த வருணனைகளெல்லாம் வருணனைகள் மட்டு மல்ல. அமெரிக்காவைப் பற்றிய கடுமையான விமரிசனங்கள். முதலில் பூதம் என்று வருகிறது. பிறகு சுதந்திரச் சிலை என்று ஒரு அத்தியாயம் வருகிறது. புத்தகத்தைப் படித்த உடனேயே இதுபோன்ற நூலை யாரும் மொழிபெயர்க்க முடியாது என்ற நினைப்பு இருந்தது. அழகிரிசாமியின் மொழிபெயர்ப்பைப் படித்த உடனேயே வியப்படைந்தேன். அற்புதமாக, சரளமாக மொழிபெயர்த்திருக்கிறார். அபூர்வமான பல வார்த்தைகள் இருக்கின்றன. அந்த வார்த்தைகளுக்கெல்லாம் இணையாகத் தமிழில் புதிய சொற்களைக் கண்டுபிடித்துப் போட்டிருக்கிறார். கொஞ்சம் கூடக் கரடுமுரடாகவே இல்லை. கடுமையாக முயற்சி எடுத்துத்தான் இதை மொழிபெயர்த்திருக்க வேண்டு மென்று எனக்குத் தோன்றியது. அவருடைய படிப்பெல்லாம் பத்தாம் வகுப்பு அளவுதான். ஊரில் புத்தகங்கள் வாசித்துத் தன்னுடைய வாசிப்பை மேம்படுத்திக்கொள்வதற்கான சூழலும் அவருக்குக் கிடையாது. சென்னைக்கு வரும்வரைக்கும் அழகிரி சாமியின் வாழ்க்கை இதமான வாழ்க்கையே அல்ல. பிறகு பதிப்பகங்களில் வேலை பார்த்தார். அங்கேயும் புத்தகங்களைப் படித்து, மேலே வருவதற்கான பின்னணி இல்லை. பிறகு

எப்படித் தன்னுடைய ஆங்கிலத்தை வளர்த்துக்கொண்டிருக் கிறார்? அப்போது அவருக்கு வயது இருபத்தி மூன்று என்பது ஆச்சரியமாக இருந்தது. அதைப் பற்றி அவருடைய கதை களைப் பற்றி, மொழிபெயர்ப்பைப் பற்றியெல்லாம் அவரிடம் பாராட்டிச் சொல்லியிருக்கிறேன். அது எங்களுக்குள் ஓர் ஆழமான உறவை ஏற்படுத்தியிருந்தது.

அழகிரிசாமியின் மொழிபெயர்ப்புகளைப் பற்றி இது வரையில் யாரும் உயர்வாகப் பேசியதில்லை. என்னுடைய இரண்டு மூன்று கட்டுரைகளில் அதைச் சொல்லியிருக்கிறேன். அது அவருக்கு மிகுந்த மகிழ்ச்சியைக் கொடுத்தது.

அழகிரிசாமி பின்னாளில் கல்கி இதழில் நிறைய எழுதியிருக்கிறார் அல்லவா?

அழகிரிசாமிக்கு கல்கி பத்திரிகையுடன் தொடர்பு இருந்தது. பார்த்தசாரதியோடு தொடர்பு இருந்தது. பார்த்தசாரதிக்கு அடுத்த நிலையில் இருந்த ஆத்மநாதன் என்ற ஒரு கவிஞர். அவர் அடிக்கடி அழகிரிசாமி வீட்டிற்கு வருவார். அவரோடு இணக்கமாகப் பழகுவார். அழகிரிசாமி எழுத்துகள் பற்றி யெல்லாம் அவருக்கு நல்ல அபிப்பிராயம் இருந்தது. முக்கிய மான எழுத்தாளர்கள் கல்கி பத்திரிகையில் எழுத வேண்டும் என்ற ஈடுபாடு இருந்தது. அவருடைய தொடர்பில் கல்கியில் கதைகள் எழுதத் தொடங்கினார். பெரும்பாலான கதைகள் எனக்கு மிகுந்த ஏமாற்றத்தைக் கொடுத்தன. ஒரு தொடர்கதை எழுதியிருந்தார். அதைப் படிக்கவே முடியவில்லையென்பதை என்னால் அவரிடம் வெளிப்படையாகச் சொல்லவும் முடிய வில்லை. அந்த மௌனம் அவரை மிகவும் சங்கடப்படுத்தியது என்றுதான் நினைக்கிறேன். மற்ற நண்பர்களும்கூட அதைப் பாராட்டிப் பேசவில்லை. அவருடைய அந்தக் காலத்து எழுத்தைப்பற்றி ஒரு வார்த்தைகூடப் பேசவில்லை. ஏற்கெனவே அவர் ஒன்றும் பெரிய எழுத்தாளரில்லை என்று சொல்லிக் கொண்டிருந்த கோஷ்டி இப்போது அவரே அதை நன்றாக நிரூபித்திருக்கிறார் என்று சொல்லிக்கொண்டிருந்தது. அது அழகிரிசாமிக்குச் சோர்வைக் கொடுத்தது.

அவருடைய எழுத்தில் ஏன் மாற்றம் நிகழ்ந்தது என்று எனக்குத் திட்டவட்டமாகச் சொல்லத் தெரியவில்லை. நா. பார்த்தசாரதிகூட ஒரு தடவை அழகிரிசாமியின் எழுத்து மிகவும் கீழே போய்விட்டது; நம்ப முடியவில்லை என்று சொன்னார். 'ஆத்மநாதனுடன் தொடர்பு ஏற்பட்டதற்குப் பிறகு அவர் ஒவ்வொன்றையும் படித்துவிட்டுப் பாராட்டிச் சொல்லிவிடுகிறார். இவரும் அதை நம்பி கல்கியில் வெளியிடச்

சொல்லுகிறார். இது நாளைக்குப் புத்தகமாக வந்தாலும்கூட உயர்வாக இருக்குமென்று தோன்றவில்லை' என்று பார்த்த சாரதி சொன்னார். அப்படித்தான் அவர் எழுதிக்கொண்டும் இருந்தார்.

அழகிரிசாமிக்கு வருமானம் கட்டாயத் தேவையாகவே இருந்தது. ஒரு நிர்ப்பந்தத்துடன் எழுத வேண்டியிருந்தது. அவருடைய எழுத்துக் கொள்கையில் மாற்றம் ஏற்பட்டது. இது அவருடைய கடைசி காலத்தில் ஏற்பட்டது. அழகிரிசாமி சிரமப்பட்டார். ஒரு கட்டத்தில் மிகவும் சிரமப்பட்டார். என்றைக்கு அவருடைய சிரமம் தீரும் என்பது போன்ற சந்தர்ப்பம் வந்ததோ அன்றைக்கு அவருக்கு உடம்பு சரியில்லாத நிலை வந்தது.

நான் இதையும் சொல்லி முடித்துவிடுகிறேன். அவர் நவசக்தியில் வேலைபார்த்துக்கொண்டிருந்தார். அவருடைய பேச்சும்கூட மாறிவிட்டிருந்தது. எல்லாருக்கும் பத்திரிகையில் இடம் கொடுக்க வேண்டியதுதான் என்று பேச ஆரம்பித்திருந்தார். நான் அவரிடம் சண்டை போடவில்லை. நவசக்தி இதழில் அவர் உதவி ஆசிரியர். அப்போது கிருஷ்ணன் நம்பி அங்கே புரூப் ரீடர். நான் நினைக்கிற அளவிற்கு அழகிரிசாமியும் கிருஷ்ணன் நம்பியும் சந்தித்துக்கொண்டதே இல்லை. நவசக்தி அலுவலகத்தில் இரண்டும் இரண்டு பிரிவாக இருந்திருக்கிறது. அதனால் அழகிரிசாமி தன்னைக் கவனிக்காத மாதிரிகூட கிருஷ்ணன் நம்பிக்குத் தோன்றியிருக்கும். அதுபற்றி ஒரு கடிதம் எழுதியிருந்தான். அழகிரிசாமி என்னுடன் ஒட்டவே மாட்டேன் என்கிறார். அலுவலகத்தில் இல்லையென்றாலும் வீட்டிலாவது பேசலாம். எனக்கு அவருடைய பேச்சு மிகவும் பிடிக்கும் என்றெல்லாம் எழுதியிருந்தான்.

நவசக்தி மலர் பொறுப்பை அவருக்குத்தான் கொடுத்திருந்தார்கள். அதைப் பற்றி யோசித்துக்கொண்டிருந்தபோது என்னையும் கிருஷ்ணன் நம்பியையும் எழுதச் சொல்லியிருந்தார். அவர் பொறுப்பு எடுத்துக்கொண்டதற்குப் பிறகு வரக்கூடிய முதல் மலரில் என்னுடைய கதை இருக்க வேண்டும் என்று எழுதியிருந்தார். நானும் உறுதியாகக் கதையை அனுப்பிவிடுகிறேன் என்று எழுதினேன். ஆனால் சொன்னதுபோலக் கதையை அனுப்ப முடியவில்லை. அதற்குள் நான்கைந்து வாரங்கள் போய்விட்டன. அதற்குப் பிறகு ஒரு கதையை அனுப்பினேன். அந்தக் கதைதான் 'வாழ்வும் வசந்தமும்'. தனிப்பட்ட முறையில் எனக்கு மிகவும் பிடித்த கதை. ஆனால் அழகிரிசாமிக்கு அந்தக் கதை பிடிக்கவில்லை. மற்றக் கதைகளையெல்லாம் போடத் தீர்மானம் செய்தவர் இந்தக் கதையை

ஒரே இதழில் போடாமல் இரண்டு இதழ்களில் பிரித்துப் போட்டிருந்தார். அவர் அதை ஒரே இதழில் போட்டிருக்கலாம். கதை வந்த பத்திரிகையும் சரியில்லை, அதை அச்சிட்டிருந்த முறையும் சரியில்லை. இதைக் கடிதத்தில் எழுதுவதற்கான பொறுமை இல்லை. நம்பி சொன்னதற்காக அந்தக் கதையைப் படித்துக் காண்பித்தேன். அதுவரை கதையைப் படித்துக் காட்டக் கூடிய பழக்கமே என்னிடம் கிடையாது. கதையைப் படிக்கப் படிக்க ரொம்பப் பிடிச்சிருக்கே என்றார். அழகிரிசாமிக்குப் புது முயற்சிகளில் அவ்வளவு ஈடுபாடு இருக்கவில்லையோ என்னமோ தெரியவில்லை. அது அவருடைய பார்வையாக இருக்கலாம். *தீபம்* முதல் இதழில் வெளிவந்த முட்டைக்காரி கதையும் அவருக்குப் பிடிக்கவில்லை. அதனால் இந்த இரண்டு கதைகளைப் பற்றியும் அவர் பாராட்டியதில்லை. அது ஒரு நேர்மையான காரியம்.

அழகிரிசாமியின் எழுத்து கடைசிவரைக்கும் ஏறத்தாழ அதே மாதிரிதான் இருந்தது. அதற்குப் பின்னால் காந்தி நூல்கள் மொழிபெயர்ப்பு அலுவலகத்தில் வேலைக்குச் சேர்ந் தார். அந்த வேலையை மகிழ்ச்சியாகச் செய்துவந்தார். அந்த மேலதிகாரிக்கும் அவருக்கும் ஒத்துவரவில்லையோ என்னவோ அவர் வெளியில் வந்துவிட்டார்.

படைப்பிலக்கியத்தில் ஈடுபடுவதைவிட அவர் வேலைக்குப் போவது நல்லதுதான் என்று எனக்கும் தோன்றியது. ஏதோ காரணத்தினால் அவர் இனிமேல் நன்றாக எழுத மாட்டார் போலிருக்கிறது என்றும் எனக்குத் தோன்றியது.

அப்போது விஜய பாஸ்கரன்தான் *சோவியத் நாடு* பத்திரிகை யின் நான்கு பதிப்புகளுக்கும் – கன்னடம், தெலுங்கு, தமிழ், மலையாளம் – ஆசிரியர். அது மிகவும் பெரிய பதவி. அவர் ஆசிரியராக இருந்து இரண்டு மூன்று வருடம்கூட *சோவியத் நாடு* வந்திருக்கலாம். நண்பர்கள், பொதுவாக இடதுசாரி மனோபாவம உளள எழுததாளாகள எலலாரையும அவா எடுத்துப் போட்டிருந்தார்.

அநேகமாக நண்பர்களாகவே எல்லாரையும் சேர்த்திருந் தார். அதிலெல்லாம் அவருக்குப் பாரபட்சம் இருந்ததாக நான் நினைக்கவில்லை. அப்போதுதான் அழகிரிசாமியையும் சேர்த்துக்கொள்வோம் என்று முயற்சிசெய்து கொஞ்சம் கொஞ்ச மாக அதற்கான காரியங்களைச் செய்து, மேலதிகாரிகளிடம் சொல்லிக் கடைசியில் சென்னையில் உங்களை வேலையில் நியமித்திருக்கிறோம் என்று *சோவியத் நாட்டி*லிருந்து கடிதம் வந்தது.

ஒரு பத்து நாள் இடைவெளிதான் இருந்தது. அந்த நேரத்தில் அழகிரிசாமிக்கு ஒரு சின்ன பிரச்சினை. முதுகில் எங்கோ ஓர் இடத்தில எலும்புக்கு அடியில்* வலிக்கிறது என்றார். இரண்டு நாட்களில் அந்த வலி அதிகமாகிவிட்டது. மருத்துவ மனையில் சேர்த்தார்கள். ஒரு வாரத்தில் அவருடைய நிலைமை மோசமாகிவிட்டது.

அவருக்கு உடம்பு சரியில்லாமல் இருந்தது; மருத்துவமனை யில் சேர்த்தது எல்லாம் கிருஷ்ணன் நம்பிக்குத் தெரிந்திருந்தது. மருத்துவமனையில் சேர்த்திருக்கிறார்கள். கொஞ்சம் சிக்கலான வியாதி என்று நினைக்கிறேன். முடிவு எந்த மாதிரியும் இருக்க லாம் என்பதுபோல எழுதியிருந்தான்.

நம்பியின் கடிதத்தைப் படித்துவிட்டு உடனே நான் அழகிரி சாமியின் மனைவிக்குக் கடிதம் எழுதினேன். நீங்கள் அதைப் பற்றிக் கொஞ்சம் விவரமாக எழுதுங்கள் என்று எழுதினேன்.

அழகிரிசாமி திடீரென்று காலமாகிவிட்டார். ஒரு நல்ல உத்தியோகத்துக்காக உத்தரவு வந்திருக்கிற நேரத்தில் அவர் காலமானதில் எல்லாருக்கும் வருத்தம். க.நா.சு.விலிருந்து ஒரு ஆள் பாக்கியில்லாமல் இந்த மாதிரி ஆகிவிட்டதே என்று மிகவும் வருத்தப்பட்டார்கள். அப்படி அவர் கதை முடிந்தது.

அதற்குப் பிறகு அவருடைய மனைவியைச் சந்தித்தபோது அழகிரிசாமிக்கு என்ன வியாதி எப்போது மருத்துவமனையில் சேர்த்தீர்கள்? ஏன் இவ்வளவு குறுகிய காலத்தில் இறந்து விட்டார் என்று எதுவும் நான் கேட்கவில்லை. அப்படிக் கேட்பது அடங்கியிருக்கிற வருத்தத்தைக் கிளறிவிடுவதுபோல ஆகிவிடும். அதனால் நான் கேட்கவே இல்லை.

அந்தச் சமயத்தில் அவருடைய மூத்த மகன் ராமுவுக்கு விவரம் புரிந்துகொள்கிற வயதாகியிருந்தது.

அவருடைய குழந்தைகள் . . .

ராமு மூத்த பையன். சாரங்கன் இரண்டாவது பையன். ராமு மீது அழகிரிசாமிக்கு மிகவும் பிரியம். அவரைப் போலவே நன்றாகப் படிப்பான். ஆனால் கலகலப்பாகப் பழக மாட்டான். மிகவும் பயந்து ஒடுங்கின சுபாவம். அவன் பெரிய பையனாகி யிருந்தான்.

இரண்டாவது பெண் ராதா. அவள் மகா கெட்டிக்காரி. அழகிரிசாமியின் துடுக்குப் பேச்செல்லாம் அவளிடம் உண்டு. பின்னால் என் மகள் தைலா சென்னையில் படிக்கப் போன

---

* எலும்புக்குக் கீழே

போது தற்செயலாக ராதாவும் அவளும் ஒன்றாகப் பயணம் செய்து ஒருவருக்கொருவர் தெரிந்துகொண்டார்கள். உங்கள் நண்பர் அழகிரிசாமியின் மகள் எனக்குத் தோழி என்று எனக்குக் கடிதம் எழுதியிருந்தாள். அது மிகுந்த மகிழ்ச்சியைக் கொடுத்தது. அவர்கள் அடிக்கடி சந்தித்துப் பேசிக்கொண்டார்கள். அதற்கு அடுத்தவன்தான் சாரங்கன். அவனுக்கு அப்புறம் கடைசிப் பெண் ஒருத்தி உண்டு. பாரதி. குழந்தைகளெல்லாம் மிகவும் கெட்டிக்காரக் குழந்தைகள், நன்றாகப் படித்துக் கொண்டிருந்தார்கள். அதிலெல்லாம் அவருக்குக் கவலையே யில்லை. ஆனால் அவர்கள் படிப்பதற்கு இவருடைய உதவி தேவைப்படும் இல்லையா அதைக் குறையில்லாமல் செய்ய வேண்டும் என்று அவர் மிகவும் ஆசைப்பட்டார்.

நான் எழுதிய கடிதத்திற்கு அந்த அம்மாவிடமிருந்து பதில் வரவில்லை. சந்தர்ப்ப சூழ்நிலைகள் அப்படித்தானே? மருத்துவமனைக்குப் போக வேண்டும், திரும்பி வர வேண்டும் மனம் மிகவும் சோர்ந்துபோய் இருந்திருக்கலாம். பதிலே வரவில்லை.

அழகிரிசாமி காலமானதற்குப் பிறகு என் அக்கா பெஸன்ட் நகரில் இருந்தார். அக்கா குழந்தைகளும் ராதாவும் நண்பர்களாக இருந்தார்கள்.

அவருடைய மறைவிற்குப் பின்னால் அவர் மனைவி அந்த வீட்டை வாங்கியிருக்கலாம் என்று நினைக்கிறேன். நான் எப்போதெல்லாம் சென்னைக்குப் போவேனோ அப்போ தெல்லாம் அழகிரிசாமியின் வீட்டிற்குப் போவேன். அங்கே போவதற்குக்கூட என்னுடைய அக்காவோ அவர் கணவனோ கூட வருவார்கள். பெரும்பாலும் அக்காவே வருவார்.

கடற்கரைக்கு முன்னால் வீடு. அதுபோன்ற வீடு அழகிரி சாமிக்கு மிகவும் விருப்பமானது. அது தனக்குக் கிடைத்தது பெரிய பாக்கியம் என்று அவர் நினைப்பார். மற்றவர்களிடம் சொல்லிப் பெருமைப்பட்டுக்கொள்வார்.

காற்றுக்கும் அவருக்குமான உறவே மிகவும் விசேஷமானது. காற்று, காற்று என்று சொல்லிக்கொண்டே இருப்பார். யாராவது நண்பர்கள் வீட்டிற்குப் போனால், 'குழந்தைகள் உள்ளே விளை யாடிக்கொண்டு இருக்கிறார்கள். கொஞ்சம்கூடக் காற்றே உள்ளே வரவில்லை' என்று சொல்லுவார். 'காற்று' என்ற பெயரில் ஒரு கதையும் எழுதியிருக்கிறார். நீங்கள் படித்திருக் கிறீர்களா என்று தெரியவில்லை. குழந்தைகள் விளையாடும் இடத்திலும் அவர்கள் புழங்கும் இடத்திலும் துளிக்கூடக் காற்று வராமல் அவர்கள் விளையாடிக்கொண்டிருப்பார்கள். இவரால் அந்த வருத்தத்தைத் தாங்க முடியாது.

கு. அழகிரிசாமி

அந்த வீட்டில் யார் இருந்தாலும் அவருக்கு சந்தோஷமாக இருக்கும். ஜன்னல் வழியாகப் பார்த்தால் கடல். ஆனால் அந்த வீட்டில் வசிப்பதற்கான வாய்ப்பு அவருக்குக் கிடைக்க வில்லையே என்று மிகவும் வருத்தமாக இருந்தது.

அந்தச் சமயத்தில்தான் எனக்கும் அழகிரிசாமியின் குழந்தை களுக்கும் அப்புறம் என் பெண்ணிற்கும் அந்தக் குழந்தைகளுக் கும் எங்கள் அக்காவுக்கும் அழகிரிசாமியின் மனைவிக்கும் நெருக்கமான உறவு ஏற்பட்டது.

அழகிரிசாமி நாகர்கோவிலுக்கு அடிக்கடி வருவாரா?

இரண்டு மூன்று முறை அழகிரிசாமி குடும்பத்தோடு இங்கே நாகர்கோவிலுக்கு வந்திருக்கிறார். இங்கே வந்தாரென் றால் பேசிக்கொண்டே இருப்பார்.

அவருடைய சம்சாரம்தான், 'நாம் எங்காவது போய் வருவோமே. வந்து மூன்று நாட்கள் ஆகிவிட்டது. ஓர் இடம் கூடப் பார்க்கவில்லை' என்பார்.

அழகிரிசாமி என்னிடம் 'எங்கே போகலாம்?' என்று கேட்பார்.

'முதலில் கன்னியாகுமரிக்குப் போகலாம். அதுதான் பார்ப்ப தற்குத் திருப்தியாக இருக்கும்' என்பேன். அப்படித்தான் நானும் அவரும் குடும்பத்துடன் கன்னியாகுமரிக்குப் போனோம்.

கன்னியாகுமரி அவருக்கு மிகவும் பிடித்திருந்தது. குழந்தை களுக்கும் பிடித்திருந்தது. கடலில் கால் நனைப்பது என்று ஒன்று உண்டே. அப்படிக் கால் நனைத்தார்கள். பிறகு சாமி கும்பிட்டுவிட்டு வந்துவிட்டோம். ஒரு இரண்டு மூன்று நாட்கள் அவர் இங்கே இருந்தார்.

இன்னொரு சமயம் அழகிரிசாமியின் மனைவி குழந்தை களுடன் குற்றாலத்திற்கு வந்திருந்தார். அங்கே வந்த உடனேயே அவருடைய குழந்தைக்கு வயிற்றுப் போக்கு கண்டது. வயிற்றுப் போக்கு மிகவும் மோசமாக இருந்ததனால் மனைவியையும் குழந்தையையும் டி.கே.சி வீட்டிற்கு அழைத்துக்கொண்டு போய்விட்டார். தீப நடராஜன் மிகவும் அன்பானவர். எவ்வளவு நாட்கள் வேண்டுமானாலும் அங்கே தங்கலாம். ஏற்கெனவே தீப நடராஜனுக்கு ராஜநாராயணனுடன் நீண்ட நாள் சிநேகிதம்.

அழகிரிசாமியும் அதே ஊரைச் சேர்ந்தவர். ராஜ நாராயண னும் அழகிரிசாமியைப் பற்றி நடராஜனிடம் பல விஷயங்கள்

சொல்லியிருக்கலாம். இவரும் அங்கே போக வேண்டும் என்று வரவில்லை.

குழந்தைக்கு நோய் கண்ட உடனே நடராஜன் வீட்டில் போய்த் தங்க வேண்டாமே என்று சொல்லி ஓட்டலில் தங்கி யிருக்கிறார். இது எப்படியோ நடராஜனுக்குத் தெரிந்து, அவர் வந்து அழகிரிசாமியை அழைத்திருக்கிறார். குழந்தைக்கு வயிற்றுப் போக்கு அதனால்தான் வீட்டுக்கு வரவில்லை. என்று இவர் சொல்ல, 'எங்கள் வீட்டுக் குழந்தைகளுக்கு இது நடக்கவில்லையா? இதுவெல்லாம் பெரிய விஷயமா' என்று வலுக்கட்டாயமாக அவர்களை அழைத்துப்போய்விட்டார். அப்புறம் குழந்தைக்குச் சிகிச்சை நடந்து சரியாயிற்று.

அப்போது குற்றாலத்திலிருந்து எனக்குக் கடிதம் எழுதினார். நான் ஏற்கெனவே குழந்தையைக் கொண்டுவந்து அவஸ்தைப் பட்டுக்கொண்டிருக்கிறேன். எனக்குப் பயணம் செய்யக்கூடிய ஆர்வம் இல்லை. இங்கிருந்தே சென்னைக்குப் போய்விடுகிறேன் என்று எழுதினார். நான் உடனே இங்கிருந்து பதில் போட்டேன். 'குழந்தைக்கு உடம்பு சரியாகிவிட்டது. நீங்கள் தென்காசிவரை வந்திருக்கிறீர்கள் இங்கே வாருங்கள். இங்கே வந்து இருப்பது இம்ப்ரூவ்மென்ட்டை உண்டாக்குமே ஒழிய சிக்கலை உண்டு பண்ணாது' என்று எழுதினேன். அவரும் இங்கு வந்துவிட்டார்.

அப்போது இரண்டு மூன்று நாட்கள் இங்கே இருந்தார். பொதுவாக அவருக்கு இடங்களைப் பார்ப்பதில் ஆர்வமில்லை. பேசிக்கொண்டு இருப்பதில்தான் ஆர்வம்.

அந்த முறை அவரை அழைத்துக்கொண்டு பத்மநாபபுரம் அரண்மனைக்குப் போனேன். அது அவருக்கு மிகவும் பிடித் திருந்தது. அந்தப் புராதன காலத்தில் எழுப்பப்பட்ட அந்தக் கொட்டாரம், மார்த்தாண்ட வர்மா பற்றிய கதைகள் எல்லாம் அவருக்கு மிகவும் பிடித்திருந்தன.

கேரளத்துடன் பழக்கமில்லாதவருக்கு அந்த அரண்மனை யின் அமைப்பு மிகவும் வித்தியாசமானதாக இருக்கும். மரத்தால் செய்த வேலைப்பாடுகள் கொண்ட வித்தியாசமான அமைப்பு. அதையெல்லாம் பார்த்து மிகவும் மகிழ்ச்சி அடைந்தார்.

திரும்பவும் ஒரு தடவை வந்தார். எப்போது எந்தச் சந்தர்ப்பத் தில் வந்தார் என்பது ஞாபகத்திலில்லை.

அழகிரிசாமி எழுதியதில் இருபது, முப்பது கதைகளாவது படித் திருப்பேன். அவர் எதார்த்தமாகத்தான் எழுதுகிறார். ஆனால் கொச்சைச் சொற்களை அவர் கதையில் அதிகம் பார்க்க முடிவதில்லை. இதைப் பற்றி ஏதாவது பேசி இருக்கிறீர்களா?

அவரிடம் பேசியது இல்லை. ஆனால் அவர் கொச்சையை எழுத்தில் பயன்படுத்தவில்லை என்பதாக எனக்குத் தோன்ற வில்லை. நேரடியாக எழுதும்போது முறையாக எழுத வேண்டும் என்ற ஆசை உள்ளவர் என்பது எனக்குத் தெரியும்.

உரையாடல்களில் புதுமைப்பித்தன், ஜானகிராமன் ஆகியோர் எழுதியது போல அவர் எழுதியதில்லை, இல்லையா?

கொச்சைச் சொற்களின் ஒலி எழும்படி எழுதியிருக்கிறாரா இல்லை மட்டுப்படுத்திவிட்டாரா என்று இப்போது என்னால் சொல்ல முடியவில்லை. ஆனால் 'ராஜா வந்திருக்கிறார்', 'குமாரபுரம் ஸ்டேஷன்' போன்ற கதைகளிலெல்லாம் கொச்சை வருகிறது. பக்கத்து ஊர்க்காரர்கள் பேசுவதெல்லாம் வருகிறது. பின்னால் ராஜநாராயணன் கொச்சையைப் பயன்படுத்துவதில் ரொம்ப அளவிற்குப் போய்விட்டார்.

அழகிரிசாமிக்குப் பொதுவாக அவருடைய எழுத்துகளை கவர்ச்சிகரமாக மாற்றலாம் என்ற அபிபிராயம் கிடையாது. கதையாகச் சொல்வது, சாதாரணமாகச் சொல்வது – இதுதான் அவர் பாணி. அதில் ஒரு மென்மையான அழகு இருக்கும்.

க.நா.சு. தன்னுடைய மதிப்புரையிலும்கூட அழகிரிசாமியின் எழுத்து மென்மையாக இருக்கிறது என்று எழுதினார். க.நா.சு. அதைப் பாசிட்டிவாகத்தான் சொல்கிறார் என்று எனக்குப் புரிந்தது. அதுவரை அதை நான் நெகட்டிவாகத்தான் நினைத் திருந்தேன். குரலைத் தாழ்த்திச் சொல்வது நெகட்டிவான ஒரு குணம் என்று எண்ணியிருந்தேன். புதுமைப்பித்தனெல்லாம் குரலை உயர்த்திதான் சொல்லுகிறார். அதுதான் இலக்கியக் குணம். அப்போதுதான் எழுத்தாளர் எழுதக்கூடிய விஷயங்கள் மனதில் பதியும் என்று நானும் நம்பியும் விவாதித்திருக்கிறோம். ஆனால் அழகிரிசாமி எழுதுவதிலும் நியாயம் இருக்கிறது. மென்மையாக எழுதப்பட்ட கதைகளும் வசீகரத் தன்மை கொண்டிருக்கும் என்று க.நா.சு எடுத்துச் சொன்னார். அது எங்களுக்கு ஒரு படிப்பினையாக இருந்தது.

இதற்கு முன்னால் மென்மையாக இருப்பதை நான் நெகட்டிவாகப் பார்த்திருந்திருக்கிறேன். அதே மாதிரி குரலை உயர்த்தியிருந்தால் அதைப் பாசிட்டிவாகப் பார்த்திருக்கிறேன். சில எழுத்தாளர்களுக்குக் குரலை உயர்த்தக்கூடிய குணம் இருந்திருக்கிறது. இன்னொரு சமயத்தில் க.நா.சு. வேறொரு எழுத்தாளர் பெயரை எழுதி இருக்கிறார். அது சரியாக எனக்கு ஞாபகம் இல்லை. இப்படி மிகவும் சிரமப்பட்டு கண்ணீர் வரும்படிச் செய்தார். அது இலக்கியத்திற்கு உகந்ததல்ல என்று க.நா.சு தன்னுடைய மொழியில் சொல்கிறார்.

அழகிரிசாமியின் இயற்கையான போக்கே அப்படித்தான். பின்னால் எழுதிய கதைகளெல்லாம் மிகவும் சுமாராக இருந்தாலும்கூட, கல்கியில் கதை எழுதுகிறோம். வாசகரை கொஞ்சம் ஈர்த்துக்கொள்ளலாம் என்ற எண்ணத்தில் தன்னுடைய எழுத்துப் பாணியை மாற்றிக்கொள்ளவே இல்லை.

'தீபாவளி மலர்'களிலெல்லாம் வரிசையாகக் கதை எழுதியிருக்கிறார். அப்போதுகூடத் தன்னுடைய பாணியை அவர் மாற்றிக்கொள்ளவில்லை.

அதில் ஒரு கதை சங்கீதத்தை மையமாக வைத்து எழுதப் பட்டது. சங்கீத வித்துவான் ஒரு பையனுக்குப் பாட்டுச் சொல்லிக் கொடுக்கிறார். அவன் மிக அருமையாகப் பாடுகிறான். வேறொரு பெண். அவளும் பாடகி. இதை ஞாபகத்திலிருந்து சொல்லு கிறேன். அவன் அவளைத் திருமணம் செய்துகொள்ள விரும்பு கிறான். அவள் இசையில் மிகவும் மேல்நிலையில் இருக்கிறாள். சங்கீத வித்துவான் கடைசி நிமிடத்தில் திருமணத்தைத் தடுத்து விடுகிறார். இந்தப் பையனின் சாதி வேறு, பெண்ணின் சாதி வேறு என்று சொல்லித் திருமணத்தை நிறுத்திவிடுகிறார். என்னதான் தகுதி இருந்தாலும் நம் சமூகத்தில் சாதி வித்தியாசம் வேலை செய்யும் என்று அழகிரிசாமி எழுதியிருக்கிறார்.* கடைசி காலத்தில் என்னுடன் பேசும்போதெல்லாம் சாதி பற்றி அடிக்கடி பேசுவார். அவருக்கும் க.நா.சுவுக்கும் இதை யொட்டிக் காரசாரமான தர்க்கங்கள் வந்திருக்கின்றன. பிராமணர்கள் சாதி விட்டுக் கல்யாணம் செய்துகொள்வதில் பிரச்சினைகள் இருக்கின்றன. எல்லாவற்றிற்கும் அவர்கள் தான் மோசமான முன்னுதாரணங்களாக இருந்திருக்கிறார்கள்.

அழகிரிசாமியைச் சுற்றியிருந்த அவ்வளவுபேரும் பிராமணர்கள்தான். பிராமணக் குடும்பங்கள்தான். அந்தக் குடும்பங்கள் பற்றி அவருக்கு மொத்தமாக விமர்சனம் இருந்தது என்பதும் எனக்குத் தெரியும்.

●

---

* சு.ரா. குறிப்பிடும் கதை வரப்பிரசாதம். சு.ரா. சொல்வது போல அத்திருமணம் நடக்காததற்கு காரணம் சாதி அல்ல. திருமணத்தை நிறுத்தியது பெண்ணின் தந்தை.

நினைவோடையினூடே ஒரு பயணம்

படைப்பின் ஊற்றுக்கண்களை அடையாளம் காண்பது எளிதல்ல. வாழ்வனுபவங்களிலிருந்து இலக்கியம் பிறக்கிறது என்று பொதுவாகச் சொன்னாலும் அந்த அனுபவங்களின் பரிமாணங்கள், நிகழ்வுகள், சிந்தனைகள், உணர்வுகள், உறவுகள், நட்பு, உரையாடல், வாசிப்பு என்று பலவாறாகப் பிரிந்திருக்கின்றன. படைப்புக்கான உத்வேகம் அளிக்கும் அம்சங்களில் வாசிப்புக்கு அடுத்த படியாக இலக்கிய நட்பைச் சொல்லலாம். படைப்பாளி களுக்கிடையே நடக்கும் செழுமையான உரையாடல்கள் படைப்புச் செயல்பாட்டைக் கூர்மைப்படுத்தப் பல விதங்களிலும் உதவக்கூடியவை.

நட்பு, இலக்கிய அனுபவங்களைப் பகிர்ந்துகொள்வ தோடு நிற்பதில்லை. எழுத்துலகம் சார்ந்து விரியும் பல கிளை உலகங்கள், பொதுவான சில அக்கறைகள் ஆகியவை குறித்த அனுபவங்களும் இந்த நட்பில் தவிர்க்க முடியாத அளவில் இடம்பிடித்துவிடுகின்றன. நட்பின் விளைவாகக் கூட்டுச் செயல்பாடுகள் உருவாவதும் தமிழ்ச் சூழலில் நடந்துவருகிறது. செயல்பாடுகள் நட்பையும் நட்புச் செயல்பாடுகளையும் பரஸ்பரம் செழுமைப்படுத்தி யும் சீரழித்தும் வருவதும் நடக்கத்தான் செய்கிறது. இத்தகைய நட்பின் அனுபவங்கள் பதிவுசெய்யப்பட் டால் அது தமிழ்ச் சூழலின் சாதகமானதும் பாதகமானது மான பல அம்சங்களின் பின்னணியை நமக்குப் புரிய வைக்கும். இது பல்வேறு ஆய்வுகளுக்கும் உண்மை சார்ந்த விசாரணைகளுக்கும் நம்மை இட்டுச் செல்லக்கூடும். சுருக்கமாகச் சொல்வதானால், எழுத்தாளர்களிடையே நிலவும் நட்பின் பதிவுகள் சூழலில் மிக முக்கியமான தாக்கங்களை ஏற்படுத்தக்கூடும்.

சக எழுத்தாளர்களுடன் நெருங்கிய நட்புணர்வு பாராட்டும் படைப்பாளியாகவே சுந்தர ராமசாமி வாழ்நாள் முழுவதும் இருந்திருக்கிறார். அவரது அன்றாட வாழ்வில் அவரது எழுத்தாள நண்பர்களுக்குக் கிடைத்துவந்த இடம் நம்ப முடியாத அளவுக்கு வலுவானது. சுந்தர ராமசாமியைப் பொறுத்தவரை படைப்பை விட்டு விலகி இருந்தாலும் இலக்கிய நட்பை விட்டு அவர் ஒருபோதும் விலகியிருந்ததில்லை. தனக்கு மூத்த எழுத்தாளர்களான க.நா.சுப்பிரமணியன், சி.சு. செல்லப்பா, ந. பிச்சமூர்த்தி, மௌனி ஆகியோருடனும் தனது வயதையொத்த ஜி. நாகராஜன், ஜெயகாந்தன், கிருஷ்ணன் நம்பி போன்றவர்களுடனும் அவர் நெருங்கிய நட்புப் பாராட்டிவந்தார். இந்த வரிசையில் கு. அழகிரிசாமிக்கும் முக்கிய இடம் உண்டு.

சுந்தர ராமசாமியோடு நெருங்கிப் பழகுபவர்கள் அவர் தன் நட்பின் நினைவுகளைப் பகிர்ந்துகொள்வதில் உள்ள அழகை ரசித்திருப்பார்கள். மேடைப் பேச்சு ஒரு கலை என்பதைப் போலவே தனிப்பட்ட உரையாடலும் ஒரு கலைதான். அந்தக் கலையின் நுட்பங்கள் கைவரப்பெற்ற சு.ரா., தன் நண்பர்களுடனான தனது அனுபவங்களைக் கூறிச் செல்லும் விதம் உரையாடலின் வழியே வெளிப்படும் படைப்பாகவே தோன்றும். 2001, செப்டம்பர் மாதம் புதுச்சேரியில் நடைபெற்ற மௌனியின் படைப்புகள் குறித்த கருத்தரங்கில் மௌனியுடனான தனது நட்புப் பற்றி அவர் பேசியதைக் கேட்டவர்கள் நட்பின் நினைவுகூரலில் புதிய பரிமாணங்களை எட்டிய உரையாக அதை உணர்ந்திருப்பார்கள். அவரோடு நெருங்கிப் பழகியவர்கள் இதைப் பல முறை அனுபவித்திருப்பார்கள். அத்தகைய வாய்ப்பைப் பெற்றவர்களில் நானும் ஒருவன்.

இந்த விஷயத்தில் பிறருக்குக் கிடைக்காத ஒரு வாய்ப்பும் எனக்குக் கிடைத்தது. உதிரியாகவும் சிதறலாகவும் வெளிப்பட்டு வரும் இந்த அனுபவப் பதிவுகளை முறையாகத் தொகுக்கலாம் என்று கண்ணனுக்கும் நெய்தல் கிருஷ்ணன், ஆ. இரா. வேங்கடாசலபதி போன்ற நண்பர்களுக்கும் தோன்றியது. சு.ரா.வைப் 'பேட்டி' கண்டு அவருடைய அனுபவங்களைப் பதிவுசெய்து தர இயலுமா என்று கண்ணன் என்னைக் கேட்டபோது நான் மகிழ்ச்சியோடு ஒப்புக்கொண்டேன் என்பதைச் சொல்லத் தேவையில்லை. 2001ஆம் ஆண்டின் அக்டோபர், நவம்பர், டிசம்பர் மாதங்களிலும் 2002 ஜனவரி, பிப்ரவரி மாதங்களிலும் பல அமர்வுகளில் நடந்த இந்தப் பதிவில் பத்துக்கும் மேற்பட்ட எழுத்தாளர்கள் தொடர்பான நினைவுகள் பதிவு செய்யப்பட்டன.

பேட்டி என்ற சொல்லை ஒற்றை மேற்கோள் குறிக்குள் அடைத்ததற்கு ஒரு காரணம் இருக்கிறது. வழக்கமான பொருளில் இதைப் பேட்டி என்று சொல்ல முடியாது. அவ்வப்போது சில கேள்விகள், சந்தேகங்கள், நினைவுபடுத்தல்கள் ஆகிய வற்றைத் தவிர இந்தப் பதிவில் என் பங்கு எதுவும் இல்லை. பேச்சு என்பது சு.ரா.வின் இயல்பான வெளிப்பாடு. ஒரு விஷயத்தில் – அனுபவமோ அல்லது அபிப்பிராயமோ – மனம் தோய்ந்து பேச ஆரம்பித்துவிட்டார் என்றால் அது ஒரு பிரத்யேகமான பயணமாக இருக்கும். உரையாடல் படிப் படியாக மேலெழுந்து செல்லும். அனுபவங்கள் படைப்பூக்கத் துடனும் அங்கதச் சுவையுடனும் கவித்துவமான படிமங்களுட னும் வெளிப்படும். அபிப்ராயங்களுள் கூர்மையும் தீவிரமும் ஏறிக்கொண்டே போகும். ஆகாய விமானம் ஓடு பாதையி லிருந்து விண்ணில் எழும்பும் தருணத்தை ஒட்டிய ஒரு கணம் பிறக்கும். அதன் பிறகு பேச்சு வேறு தளத்துக்குச் சென்றுவிடும். அந்நிலையில் கேட்டுக்கொண்டிருப்பவர்களுக்கு வாயைத் திறக்க வேண்டிய அவசியம் அதிகம் ஏற்படாது. அத்தகைய தருணங்கள் அதிகம் நிரம்பிய பதிவுகளாக இவை அமைந்தன.

தமிழ்ச் சூழலில் இத்தகைய பதிவுகள் நடைபெற்றதே யில்லை என்று சொல்லிவிட முடியாது. க. நா. சுப்ரமணியம், அசோகமித்திரன், அழகிரிசாமி உள்ளிட்ட பலர் தங்களுடைய இலக்கிய நண்பர்கள் பற்றிய சுவையான, சுருக்கமான சித்திரங் களைத் தீட்டியிருக்கிறார்கள். ஆனால் நட்பின் பல்வேறு பரிமாணங்களையும் பரிணாமங்களையும் விரிவாக இதுவரை யாரும் பதிவுசெய்ததில்லை. அந்த வகையில் மூத்த எழுத்தாளர் களில் ஒருவரான சுந்தர ராமசாமி பகிர்ந்துகொள்ளும் இந்த அனுபவங்கள் முன்னுதாரணமற்ற அரிய பதிவுகள் என்று சொல்லலாம்.

***

இந்தப் பதிவுகளை இரண்டாகப் பிரித்துப் பார்க்கலாம். க.நா.சு., சி.சு.செ. போன்ற மூத்த எழுத்தாளர்கள் குறித்த பதிவுகள் ஒரு விதம். நாகராஜன், நம்பி போன்ற சம வயது நண்பர்கள் பற்றிய நினைவுகள் இன்னொரு விதம். இரண்டும் அவற்றின் தொனி காரணமாகவும் பகிர்ந்துகொள்ளப்பட்ட விஷயங்களின் நெருக்கம் காரனமாகவும் வேறுபட்டு நிற்கின்றன. மூத்தவர்கள் பற்றிய அனுபவப் பகிர்வுகளில் மரியாதையும் சம வயதினர் விஷயத்தில் நெருக்கமும் தூக்கலாக இருப்பதை உணரலாம். அழகிரிசாமி பற்றிய நினைவுகள் இரண்டாவது ரகத்தைச் சேர்ந்தவை. நண்பர்களில் கிருஷ்ணன் நம்பி அளவுக்கு

சு.ரா.வுக்கு நெருக்கமான நண்பர் யாரும் இல்லை என்பதே இந்த நினைவுகளைப் பதிவு செய்ய உதவியவன் என்ற முறையில் என் மதிப்பீடு. நாகராஜன், அழகிரிசாமி ஆகியோர் இதற்கு அடுத்த இடத்தில் இருப்பதாக உணர்கிறேன். நாகராஜனின் வாழ்வில் ஏற்பட்ட சில மாற்றங்கள் காரணமாக அவரால் சு.ரா.வுக்குச் சில சங்கடங்கள் நேர்ந்திருக்கின்றன. மிகவும் நெருங்கிப் பழகிய இன்னொரு படைப்பாளியான பிரமிள் விஷயத்தில் பல கசப்பான அனுபவங்கள் ஏற்பட்டிருக்கின்றன (பிரமிள் விஷயத்தில் பல நண்பர்களுக்கும் இப்படி ஏற்பட்டிருக்கிறது). ஆனால் அழகிரிசாமி விஷயத்தில் சுந்தர ராமசாமிக்கு அப்படி எதுவும் நேரவில்லை. அழகிரிசாமியின் எழுத்தின் மீதும் ஆளுமையின் மீதும் அவர் பேணிக் காத்துவந்த மதிப்பீடுகள் மீது சு.ரா.வுக்குப் பெரும் மதிப்பு இருந்ததை அவரது நினைவுப் பதிவுகள் உணர்த்துகின்றன. அதிகம் சந்தித்துக் கொள்ள வாய்ப்புக் கிடைத்திருந்தால் இருவருக்குமிடையே மேலும் நெருக்கமான நட்பு உருவாகியிருக்கும் என்றே தோன்றுகிறது.

நட்பின் ஈரத்தைக் காப்பாற்றிக்கொள்ளும் முயற்சியில் சு.ரா. தனது தர அளவுகோல்களையும் மதிப்பீடுகளையும் ஒருபோதும் சமரசம் செய்துகொண்டதில்லை என்பதையும், இவற்றுக்காக நட்பை முறித்துக்கொள்ளும் நிலைக்குப் போனதில்லை என்பதையும் இந்தப் பதிவுகளிலிருந்து உணர முடியும். அழகிரிசாமியின் படைப்புகளில் சு.ரா.வுக்குப் பிடித்தவையும் பிடிக்காதவையும் இருந்திருக்கின்றன. ஒரு கட்டத்தில் கு.அ.வின் செயல்பாடுகளின் களமும் தன்மையும் மாறுவதை விமர்சன பூர்வமாகவே சு.ரா. அணுகுகிறார். நட்பின் சலுகை எதுவும் குறுக்கே வரவில்லை. அதே சமயம் பார்வையின் கறார்த்தன்மை நட்பின் இதத்தையும் பாதிக்கவில்லை. மிக அரிதாக அடையக் கூடிய இந்தச் சம நிலையை சு.ரா. தன் நட்பு விஷயத்தில் இயல்பாக எட்டியிருக்கிறார். அழகிரிசாமி போன்ற நண்பர்களின் ஆளுமை விசேஷங்களும் இதற்கு முக்கியப் பங்காற்றியிருப்பதையும் தெளிவாக உணர முடிகிறது. கருத்து வேற்றுமைகள், பரஸ்பர விமர்சனங்கள் ஆகியவை ஆரோக்கியமான தளத்தில் பக்குவத்தின் முத்திரையோடு தம் இருப்பைத் தக்க வைத்துக்கொண்டிருந்த நட்பின் பதிவுகளாக இந்த நினைவுகளை அடையாளப்படுத்தலாம்.

பல குணச்சித்திரங்கள் உருவாகிவருவது இந்தப் பதிவுகளின் இன்னொரு சிறப்பு. குறிப்பாக சு.ராவின் அப்பாவைப் பற்றிய சித்திரம். 'ஜே.ஜே: சில குறிப்புக'ளிலும், 'குழந்தைகள் பெண்கள் ஆண்க'ளிலும் சில சிறுகதைகளிலும் எஸ்.ஆர்.எஸ். பற்றி நமக்குக் கிடைக்கும் சித்திரத்தின் நீட்சி என்று சொல்லத்தக்க பல

இடங்கள் இந்தப் பதிவுகளில் இடம்பெற்றிருக்கின்றன. தன் அப்பாவுக்கும் தனக்குமான உறவில் உருவான முரண்பாடுகள் குறித்தும் ஏழாண்டுக்காலம் எழுதாமல் இருந்த 'மோனத்தவம்' பற்றியும் சு.ரா. இந்தப் பதிவுகளில் முதல் முறையாக விரிவாகப் பேசியிருக்கிறார்.

***

2003இல் நினைவோடைப் பதிவுகள் வெளியாகத் தொடங்கியபோது, "ஒரு காலகட்டத்து எழுத்தாளர்களின் இன்னொரு பக்கத்தை நமக்கு அறியத் தரும் இந்தப் பதிவுகள் வாசகர்களால் பெரிதும் விரும்பப்படும் என்று நம்புகிறேன்" என்று எழுதியிருந்தேன். இந்தப் பதிவுகள் பெரிதும் விரும்பப்படுவதையும் விவாதத்தை எழுப்பிவருவதையும் இந்த எட்டாண்டுகளில் காண முடிகிறது. ஜீவாவைப் பற்றிய பதிவுகளும் பிரமிள் பற்றிய பதிவுகளும் வெவ்வேறு தளங்களில் விவாதங்களை எழுப்பின. எதிர்வினைகளில் பெரும்பாலானவை முன்முடிவுகளிலிருந்து எழுந்த உணர்ச்சிகரமான சலனங்கள்.

ஜீவாவைப் பற்றிய விவாதங்கள் குறுகிய அரசியல் நிலைப்பாடுகளின் அடிப்படையில் மனித வாழ்வின் மாறுபட்ட பரிமாணங்களைக் கணக்கில் எடுத்துக்கொள்ளாத நிலையில் தோன்றியவை என்று சொல்லலாம். ஜீவாவைப் பற்றி சு.ரா. தரும் அற்புதமான பன்முகச் சித்திரத்தின் முழுமையை உணர இயலாதவர்கள் அல்லது உணர மறுப்பவர்கள் சு.ரா.வின் மீது விமர்சனக் கணைகளைப் பொழிந்தார்கள். நம்பி பற்றிய பதிவுக்கும் இதே கதி நேர்ந்தது. இவற்றுக்கெல்லாம் சு.ரா. தகுந்த எதிர்வினைகள் ஆற்றித் தன் நிலைப்பாட்டை விளக்கியிருக்கிறார்.

பிரமிள் பற்றி சு.ரா. பதிவுசெய்த எதிர்மறையான சில எண்ணங்களைச் சிலர் கடுமையாக ஆட்சேபித்துப் பேசினார்கள். பிரமிள் குறித்த தன் எதிர்மறையான எண்ணங்களை சு.ரா. இந்தப் பதிவுகளில்தான் முதன்முறையாக வெளிப்படுத்தியிருந்தார். அதுவும் மிக மிக அடங்கிய தொனியில்தான் சொல்லியிருந்தார். இதற்கு உணர்ச்சிவசப்பட்டவர்கள் பல ஆண்டுகளாக சு.ரா.வின்பால் பிரமிள் வெளிப்படுத்திவந்த கடுமையான கசப்புணர்வுகளுக்கு எந்த எதிர்வினையும் தெரிவிக்காதவர்கள் என்பதை மறந்துவிடக் கூடாது. பிரமிள் பற்றிய நினைவோடையை சு.ரா. உயிரோடு இருக்கும்போது கொண்டுவர முடிந்திருந்தால் இந்த விஷயத்திலும் சு.ரா.வின் எதிர்வினைகளை அறிந்திருக்க முடியும்.

***

அழகிரிசாமியின் மொத்தச் சிறுகதைகளையும் நண்பர் பழ. அதியமானின் உழைப்பில் செம்பதிப்பாகக் காலச்சுவடு வெளியிடும் இந்தத் தருணத்தில் இந்த நினைவோடை வெளி வருவது மிகவும் பொருத்தமானது. சிறப்பான முறையில் இந்தப் பதிவுகளைத் தொகுத்துத் தந்த மகாதேவனின் உழைப்பை யும் தொடக்கத்தில் வந்த சில பதிவுகளின் பிரதியை மேம் படுத்துவதில் ஆனந்த் செல்லையா ஆற்றிய பங்களிப்பையும் இந்தச் சமயத்தில் நன்றியோடு நினைவுகூர்கிறேன்.

இந்தப் பதிவுகள் அனைத்தும் மறைந்த எழுத்தாளர்களுட னான நட்பைப் பற்றியவை. வாழும் எழுத்தாளர்களுடனான தனது நட்பின் அனுபவங்களையும் பதிவுசெய்ய வேண்டும் என்று சு.ராவிடம் கண்ணனும் நானும் கேட்டிருந்தோம். சு.ராவும் ஒப்புக்கொண்டிருந்தார். 2005 இறுதியில் அவர் அமெரிக்காவிலிருந்து திரும்பியதும் குறைந்தது ஒரு வாரம் அவரோடு தங்கியிருந்து இந்தப் பதிவுகளின் நீட்சிக்கான முயற்சிகளை மேற்கொள்ள வேண்டும் என்று நினைத்திருந்தேன். 2005 இறுதியில் நாகர்கோவில் சென்றேன். ஆனால் அது அவரது இறுதிப் பயணத்துக்கானதாக அமைந்துவிட்டது.

ஏப்ரல் 8, 2011 அரவிந்தன்

கடிதம்

சுந்தர ராமசாமி

நாகர்கோவில்
6-8-1958
இரவு மணி எட்டு

அருமை நண்பர் அழகிரிசாமி அவர்களுக்கு,

நமஸ்காரம்.

தங்கள் இரு கடிதங்களும் கிடைக்கப் பெற்றேன். மிக்க மகிழ்ச்சி. பதில் எழுதுவதற்கு மிகவும் பிந்திவிட்டது. வேலை நெருக்கடி எதுவும் குறுக்கிட்டுவிடவில்லை. 'இன்று எழுதுவோம், நாளை எழுதுவோம்' என்று நாட் கடத்திவிட்டேன்.

எனது 'அகம்' கதையைப் பற்றிய தங்கள் பாராட்டுதலை எழுதி அனுப்பியிருக்கிறீர்கள். முதன்முதலில் இதற்கு எனது மனமார்ந்த நன்றியைத் தெரிவித்துக்கொள்கிறேன். தங்கள் கடிதம் எனக்கு எந்த அளவுக்கு உற்சாகத்தையும் தன்னம்பிக்கையையும் தந்தது என்பதை எழுத ஆரம்பித்தால் சிறுபிள்ளைத்தனமாய்ப் போய்விடும். எனது கதையைப் படித்து தாங்கள் சிரித்ததை எண்ணி நான் வியக்கவில்லை; உடனடி அதைக் கடிதம் மூலம் எழுத முனைந் தீர்களே, அதை நான் பாராட்டாமல் இருக்க முடியாது. 'பின்னால் எழுதிக்கொள்வோம்' என்று தள்ளிப் போட்டு விட்டால் நாள்பட அந்த எண்ணமே சுழன்று போய் விடும். அதை உடனே காரியாம்சத்தில் நிறைவேற்றிய தால், எனக்கு ஏற்பட்ட இன்பமும் உவகையும் அலாதி யானதுதான். லக்ஷம் பொன் செலவழித்தாலும் அங்காடி யில் வாங்க முடியாத ஒன்றுதான். பல்வேறு பலஹீனங் களால் காரிய சித்தி பெறாத எனது லட்சியங்களைப் பிறர் செய்து காட்டுகிறபொழுது அதைப் பாராட்டாமல் இருக்க முடியாது.

'அகம்' கதையைப்பற்றி இரண்டு தரமான அபிப்பிராயங் கள் எனக்குக் கிடைத்திருக்கின்றன. நண்பர் க.நா.சு. அவர்கள் நேரில் பாராட்டினார்கள். இப்பொழுது தாங்கள் கடிதம் மூலம் பாராட்டியிருக்கிறீர்கள்.

பத்திரிகையில் ஒரு கதையைப் படித்துவிட்டுக் கடிதம் எழுதிப் பாராட்டுவது இதுதான் முதல் தடவை என்று எழுதியிருக்கிறீர்கள். நானும் இப்பொழுதுதான் முதன் முதலில் ஒரு எழுத்தாளரின் பாராட்டுதலை எழுத்து மூலம் பெறுகிறேன்.

தங்கள் கடிதத்தில் எனது கதையைப் பாராட்டி எழுதி யிருப்பதோடு, தங்களின் மனதில் பட்ட ஓரிரு குறை பாடுகளும் எடுத்துக் காட்டியிருக்கிறீர்கள். மிகுந்த சந்தோஷத்தோடு அதை வரவேற்கிறேன். அது சம்பந்த மாகச் சிறிது விளக்க வேண்டியுள்ளது.

மேல்நாடுகளில் சிறுகதை உத்திகளிலும், பாவங்களிலும் எண்ணற்ற ism-ங்கள் தோன்றி திருவிளையாடல்கள் புரிந்து வருவது தங்களுக்குத் தெரிந்த விஷயம். மேற்படி அம்சங்களை அப்படியே காப்பி அடிக்கும் முறையில் நம் நாட்டுச் சிறுகதை எழுத்தாளர்கள் கதை எழுதக் கூடாது என்பதுதான் எனது அபிப்பிராயம். மேற்படி உத்திகளில் எனக்குத் தயக்கமும் கிடையாது. எனினும் இன்றைய சிறுகதைகள் ஏதோ அச்சு வார்ப்பில் விழுந்து, ஒரே சுவரத்தைத் திரும்பத் திரும்ப எழுப்பிக் கொண் டிருப்பதாக எனக்குப்படுகிறது. எனவே ஏதாவது முறை யில் முன்னும் பின்னும் தெரியாத இடத்தில் ஏறி விழுந்தா வது, எதாவது சூட்சுமம் நம் கைக்குச் சிக்கிவிட்டால் தொடர்ந்து தொழில்பட ஏதுவாக இருக்குமென்றுதான் 'அகம்' கதையை முற்றிலும் புதிய பாணியில் எழுத முற்பட்டேன். கதை ஓரளவு வெற்றிகரமாக அமைந்து விட்டாலும் அதில் மேல்நாட்டு ism-ங்கள் நெடி வீசி விட்டது. கதை அமைப்பில்கூட நமது மண்ணுக்குச் சம்பந்தமில்லாத ஏதோ ஒன்று – குங்குமத்துக்குப் பதில் உதட்டுச் சாயம் மாதிரி – ஏறிக்கொண்டது. அதோடு சரஸ்வதி பத்திரிகையில் கதை இடம்பெற்றதும், நான் போட்டிருந்த பல சின்னங்களும் ஒன்றுக்கு ஒன்று மாறி விழுந்து குழப்பத்தை சிருஷ்டித்துவிட்டன. சில இடங் களில் சம்பாஷணைகளில் தெளிவின்மை இருப்பதாக எழுதியிருக்கிறீர்கள். மீண்டும் கதையைப் படித்துப் பார்த் தேன். தாங்கள் எழுதியிருப்பது உண்மைதான். என்றாவது

எனது கதைகள் புத்தக உருவம் பெறுமானால், அன்று இதைக் கவனத்தில் வைத்துக் கொண்டு அவசியமான திருத்தங்கள் செய்து மேற்படி குறைகளை அகற்றி விடலாமென்று கருதுகிறேன்.

நான் தமிழ் இலக்கிய வாசகன் என்ற அந்தஸ்தைப் பெற்றதே 1949–ஆம் ஆண்டுதான். 1947 வருஷம் எங்கள் ஊரில் கவிமணியின் பிறந்த நாள் கொண்டாடியபொழுது தொ. மு. பாஸ்கரத் தொண்டைமானும் அ. சீனிவார ராகவனும் வந்து இலக்கியப் பிரசங்கங்கள் செய்தார்கள். அப்பொழுது தான் முதன்முதலாக இலக்கியத் தமிழைக் காதால் கேட்டேன். அன்று நான் பெற்ற உணர்ச்சியை எனது வாழ்நாளில் என்றும் மறக்க முடியாது. தொண்டைமான் ஏதோ ஒரு கவிதையை ஓசையுடன் ஆவர்த்தனம் செய்தபொழுது மயிர்க் கூச்செறிந்தது. கண்களில் ஏனோ நீர் துளிர்த்தது. ஆனால் ஒரு வார்த்தைக்கூட புரியவில்லை! கவிதை மட்டுமல்ல, பேச்சுக்கூடத்தான்.

எனது பத்தாவது வயதிலிருந்து இருபதாவது வயதுவரை அடிக்கடி நோய்வாய்ப்பட்டுப் படுக்கையில் எண்ணற்ற மாதங்கள் கழிக்க வேண்டிவந்தது. பதினெட்டு, பத்தொன்பது வயது வரை எனக்குப் படிக்கும் பழக்கமோ, இதர இலக்கிய உணர்ச்சிகளோ இருந்தது கிடையாது. நோய், கிடையில் ஆழ்த்திவிட்டதால் பொழுதுபோக வேறு போக்கில்லாமல் புத்தகங்களை நாடினேன். கண்ட கண்ட குப்பைகளையெல்லாம் படித்தேன். அன்று தமிழ் நாட்டில் பிரபல எழுத்தாளர்கள் யார் யார் என்பது தங்களுக்குத் தெரியும். அவர்களுடைய எழுத்தில் அன்றே எனக்கு ஈடுபாடு ஏற்படவில்லை. முதன் முதலில் என்னைக் கவர்ந்தவர் புதுமைப்பித்தன்தான். எங்கள் வீட்டு மொட்டை மாடியில் ஒரு நாள் அந்தி வேளையில் அரைகுறையாகத் திக்கித் திக்கி அவர் கதைகளைப் படித்தது இன்றும் எனக்குப் பசுமையாக நினைவில் இருக்கிறது. ஓரளவு பு.பித்தனின் வக்கிரமான போக்குத்தான் அன்று என்னை கவர்ந்தது என்று சொல்ல வேண்டும். (அவருடைய இலக்கிய சிருஷ்டியைப்பற்றி இன்று எனது கருத்து எவ்வளவோ மாறிவிட்டது.)

பின்னால் பு.பி.க்கு நிதி திரட்ட வேண்டும் என்று சென்னையில் எழுத்தாளர்கள் தீர்மானித்தபொழுது நானும் மானசீகமாக அந்தப் பணியில் இணைந்து

கொண்டேன். அச்சுக் கூடம் என்றால் என்னவென்றே தெரியாது. மலர் போடப் புறப்பட்டு விட்டேன்! அப்பொழுதெல்லாம் நான் 'சக்தி' விடாமல் படித்து வந்தேன். அந்தக் காலத்தில்தான் முதன்முதலாக ரகுநாதன், தங்கள் போன்றவர்களின் எழுத்துக்களின் பரிச்சயம் ஏற்பட்டது. 'மடலேறுதல்' பற்றி எழுதியிருந்த கட்டுரை மூலம்தான் தங்களைத் தெரிந்து கொண்டதாக ஞாபகம்.

1952இல் இங்கு நடைபெற்ற ஏதோ ஒரு சங்க ஆண்டு விழாவில் ரகுநாதன் பேச வந்திருந்தார். அப்பொழுது தான் அவருடன் பரிச்சயம் பெற்றேன். பின்னால் பல சமயம் ரகுநாதனைப் பார்ப்பதற்கென்றே நெல்லை சென்றிருக்கிறேன். விடிய விடிய தூங்காமல் பேசியிருக்கிறோம். தமிழ் இலக்கியம் என்பது ஏதோ ஒரு ஊருணி! வேஷ்டியைத் தூக்கிக்கொண்டு தாண்டி விடலாமென்று எண்ணிக்கொண்டிருந்தபோது அது மாபெரும் சமுத்திரம் என்பதைத் தெரிந்துகொண்டேன்.

சாந்தி பத்திரிகை ஆரம்பித்ததும் அதில் எழுதுவதற்கான சந்தர்ப்பம் கிடைத்தது. அன்று இருந்த மனநிலையையும் லட்சிய எண்ணங்களையும், 'புரட்சி' கொந்தளிப்பையும், ஆஊ அரசியல் கருத்துக்களையும் இன்று நினைத்தாலும் சிரிப்பாக இருக்கிறது. எனது ஆரம்பக் கதைகளே சாட்சியம்!

1955இல் ரகுநாதனுடன் கம்பர் திருவிழாவுக்குச் சென்றிருந்தேன். இரண்டு நாட்கள் எனக்குத் தன் நினைவே இல்லை. இன்ப வாருதியில் திளைத்தேன். அப்பொழுது தான் முதன்முதலாகப் பழம் பாடல்களைப் படித்து அனுபவிக்க வேண்டும் என்ற எண்ணம் பிறந்தது. கம்பனின் காவிய சிருஷ்டியைச் சுவைக்க ஆரம்பித்தேன். ஆரம்பத்தில் சிறிது சிரமமாகத்தான் இருந்தது. பின்னால் எல்லாம் சுலபமாகப் போய்விட்டது. உழைப்பில் வாராத உறுதிகள் என்னதான் இருக்கிறது?

ஒரு சமயம் தாங்கள் எழுதியுள்ள 'இலக்கியச்சுவை'யை ரகுநாதன் அன்பளிப்பாகக் கொடுத்தார். அதைத் திரும்பத் திரும்ப எண்ணற்ற தடவைகள் படித்தேன். வீட்டில் சதா அந்தப் பாடல்தான் கேட்டுக்கொண்டிருக்கும். வீட்டில் அத்தனை பேருக்கும் அது தலைகீழ்ப்பாடம். தொடர்ந்த மற்ற இரண்டு கவிதை கோவைகளையும் வாங்கிவிட்டேன். ('இலக்கிய விருந்து' வெளியாகிவிட்டதை பத்திரிகை மதிப்புரையில் பார்த்தேன். இன்னும் எங்கள்

ஊருக்கு வந்து சேரவில்லை.) எனக்கு, கவிதையில் ஈடுபாடு ஏற்பட மேற்படி நூல்கள் உறுதுணையாய் இருந்தன என்பதற்குத்தான் இதை இங்கு குறிப்பிடுகிறேன். (தீண்டும் இன்பம், பிரிவது எப்படி, உலகம் இரண்டாகிவிட்டது போன்ற தலைப்புகளில் தாங்கள் தந்துள்ள விளக்கம் எனக்கு எத்தனை முறை படித்தாலும் திருப்தி வராது. 'இலக்கிய அமுதம்' அத்தனை தரமாக அமையவில்லை என்ற குறையும் எனக்குண்டு.)

கடந்த நாலைந்தாண்டுகளாகப் பல்வேறு இலக்கியக் கொள்கைகளாலும், அரசியல் கருத்துக்களாலும் இலக்கிய சிருஷ்டியில் கவனம் செலுத்தாது சோம்பிப் பொழுதைப் போக்கிவிட்டேன். சமீபத்தில் இங்கு நடைபெற்ற எ. மகாநாடு என் வாழ்வில் திருப்புமுனை என்றுதான் சொல்ல வேண்டும். இதற்கு முன் எனக்கு எந்த சந்தர்ப்பத்திலும் தோன்றாத அளவுக்கு சிருஷ்டி வேகம் தோன்றியுள்ளது. கடந்த இரண்டு மாதங்களில் நாலு சிறுகதைகள் எழுதி விட்டேன். எனக்கே ஆச்சரியமாக இருக்கிறது இது.

எங்கள் ஜில்லா மண் வாசனை வீசக் கதைகள் எழுதும்படி எழுதியிருக்கிறீர்கள். ஏற்கனவே கிட்டத்தட்ட அந்த மாதிரி கதையொன்று எழுதி 'சரஸ்வதி'க்கு அனுப்பி வைத்திருக் கிறேன். இன்று, நாளை வெளியாகும் சரஸ்வதியில் அது பிரசுரமாகுமென்று கருதுகிறேன். தாங்கள் ஓய்வு கிட்டுகிற பொழுது மேற்படி கதையைப் படித்து விமர்சனம் தெரிவித்தீர்கள் என்றால் எனக்கு மிகுந்த உதவியாக இருக்கும். இனிமேல் தொடர்ந்து எழுதத்தான் திட்டம் போட்டிருக்கிறேன். தமிழ் அன்னையின் திருக்கோவிலில் பொன் விளக்கு ஏற்றாவிட்டாலும் மண் விளக்காவது ஏற்ற வேண்டுமென்றுதான் எனது ஆசை. இதைத் தவிர வேறு ஆசைகள் எதுவும் இல்லவும் இல்லை.

மிகவும் நீளமாக எழுதிவிட்டேன். எனக்கு ஏனோ இப்படி யெல்லாம் தங்களுக்கு எழுத வேண்டுமென்று தோன்றி விட்டது.

க.நா.சுவைச் சந்திப்பதுண்டா? குற்றாலம் புரோகிராம் விஷயமாக ரகுவுக்கு எழுதியிருக்கிறேன். இன்னும் பதில் வரவில்லை.

தாங்கள் நாவல் எழுத ஆரம்பித்துவிட்டீர்களா? உடனடி வேலையை ஆரம்பியுங்கள்.

இங்கு சாருகேசி சுகம்.

எனது மனைவியும் குழந்தையும் (அவள் பெயர் சௌந்தர லக்ஷ்மி) கடம்போடு வாழ்வு (அதுதான் என் மனைவியின் ஊர்; களக்காடு, நான்குனேரி பக்கமுள்ள மிக அழகான ஒரு சிறு கிராமம்) சென்றிருக்கிறார்கள். எனது உடல் நலம் மிகவும் தெம்பாகத்தான் இருக்கிறது. நாகர்கோவில் இப்பொழுது குற்றாலமாகத்தான் இருக்கிறது. அருவி மட்டும்தான் இல்லை.

கை சோர்ந்துவிட்டது. மனதிலிருப்பதை எல்லாம் எழுத ஆரம்பித்தால் கரம் தாங்காது, காகிதமும் தாங்காது.

பிற தங்கள் பதில் பார்த்து எழுதுகிறேன். வீட்டில் குழந்தைகள் எல்லோரும் சுகம்தானே?

அன்புள்ள,
சுந்தர ராமசாமி.

குறிப்பு: சுதேசமித்திரன் வார இதழில் வெளிவரும் தி. ஜானகிராமனின் ‘மலர் மஞ்சம்’ படிக்கிறீர்களா? மிகவும் நன்றாக இருக்கிறது. இதுகாறும் படிக்கவில்லை என்றால் பழைய இதழ்களைத் தேடிப்பிடித்துப் படியுங்கள். அவ்வளவுதான் சொல்வேன். ‘புறம்’ கதை தாங்களே எழுத வேண்டும்.

❖

கு. அழகிரிசாமி வாழ்க்கைக் குறிப்பு

பிறப்பு	:	*23 செப்டம்பர் 1923*
பெற்றோர்	:	*குருசாமி – தாயம்மாள்*
உடன் பிறந்தோர்	:	*நான்கு தம்பிகள்*
கல்வி	:	பள்ளி இறுதி வகுப்பு:
		ஏ.வி. பள்ளி, கோவில்பட்டி
		வ.உ.சி. உயர்நிலைப் பள்ளி, கோவில்பட்டி
வேலை	:	ஆசிரியர், காளாம்பட்டி
		சென்னைப் பணியாளர் தேர்வாணையத் தேர்வில் தேறி, சுரண்டை, தென்காசி சார் பதிவாளர் அலுவலகங்களில் எழுத்தர் பணி (1942–1943)
		பத்திரிகை ஆசிரியர் பணி:
		பிரசண்டவிகடன், தமிழ்மணி, சக்தி, சென்னை (1944–1952)
		தமிழ்நேசன், மலேயா (1953–1957)
		காந்தி நூல் வெளியீட்டுக் கழகம், சென்னை (1958–1960)
		நவசக்தி, சென்னை (1960–1965)
		தமிழ் வட்டம், சென்னை (1968–1969)
		சோவியத் நாடு, சென்னை (1970)
திருமணம்	:	*19 ஜனவரி 1955*
மனைவி	:	*சீதாலக்ஷ்மி*
மக்கள்	:	*ராமசந்திரன், சாரங்கராஜன், ராதா, பாரதி*
மறைவு	:	*5 ஜூலை 1970*
பரிசு	:	கவிச்சக்கரவர்த்தி நாடகத்திற்கு தமிழ்நாடு அரசின் பரிசு. *அன்பளிப்பு சிறுகதைத் தொகுதிக்காக மறைவிற்குப் பின் சாகித்திய அக்காதெமி விருது* (1970).

❖

சுந்தர ராமசாமி வாழ்க்கைக் குறிப்பு

பிறப்பு	:	*30 மே 1931*
கல்வி	:	*முறையான கல்வி ஏதுமில்லை*
அறிந்த மொழிகள்	:	*தமிழ், மலையாளம், ஆங்கிலம்*
மனைவி	:	*கமலா*
மக்கள்	:	*சௌந்தரா, தைலா, கண்ணன், தங்கு*
மறைவு	:	*15 அக்டோபர் 2005*

வெளியான நூல்கள்

சிறுகதைகள்

காகங்கள் 2000, இல்லாத ஒன்று 2002, அழைப்பு 2003, மறியா தாமுவுக்கு எழுதிய கடிதம் 2004, பிரசாதம் 2007, சுந்தர ராமசாமி சிறுகதைகள் 2006, அக்கரைச் சீமையில் 2007, பள்ளியில் ஒரு நாய்க்குட்டி 2008, பல்லக்குத் தூக்கிகள் 2010, பள்ளம் 2012

நாவல்கள்

ஒரு புளியமரத்தின் கதை 1966
ஜே. ஜே. சில குறிப்புகள் 1981
குழந்தைகள் பெண்கள் ஆண்கள் 1998

குறுநாவல்

திரைகள் ஆயிரம் 2008

கவிதை

சுந்தர ராமசாமி கவிதைகள் 2005

விமர்சனம் / கட்டுரைகள்

ந. பிச்சமூர்த்தியின் கலை மரபும் மனிதநேயமும் (விமர்சன நூல்) 1991
காற்றில் கலந்த பேரோசை (விமர்சனக் கட்டுரைகள்) 1997
விரிவும் ஆழமும் தேடி (விமர்சனம்) 1998
தமிழகத்தில் கல்வி (வசந்தி தேவியுடன் நேர்காணல்) 2000
இறந்த காலம் பெற்ற உயிர் (கட்டுரைகள்) 2003
இவை என் உரைகள் (சொற்பொழிவுகள்) 2003
வானகமே இளவெயிலே மரச்செறிவே (கட்டுரைகள்) 2004
ஆளுமைகள் மதிப்பீடுகள் (கட்டுரைகள்) 2004
புதுமைப்பித்தன்: மரபை மீறும் ஆவேசம் 2006
அந்தரத்தில் பறக்கும் கொடி 2014
ஒரு கலை நோக்கு 2019

நினைவோடை

க.நா.சு. 2003, சி.சு.செல்லப்பா 2003, ஜீவா 2003,
கிருஷ்ணன் நம்பி 2003, பிரமிள் 2005, ஜி. நாகராஜன் 2006
தி. ஜானகிராமன் 2007, கு. அழகிரிசாமி 2011,
தொ.மு.சி. ரகுநாதன் 2014, ந. பிச்சமூர்த்தி 2016,
நா. பார்த்தசாரதி 2016, கவிமணி 2019,
மௌனி வெ. சாமிநாத சர்மா என்.எஸ். கிருஷ்ணன் 2019

நாடகம்

மூன்று நாடகங்கள் 2006

பிற

தமிழகத்தில் கல்வி (வே. வசந்தி தேவியுடன் உரையாடல்) 2000
இதம் தந்த வரிகள் (கு. அழகிரிசாமி – சுந்தர ராமசாமி
கடிதங்கள்) 2002
வாழ்க சந்தேகங்கள் (கேள்வி பதில்கள்) 2004
வாழும் கணங்கள் (படைப்புகளின் தொகுப்பு) 2005
புதுமைப்பித்தன் கதைகள்: சு.ரா. குறிப்பேடு
(எழுத்தாளர் குறிப்பேடு) 2005
ஒரு தடா கைதிக்கு எழுதிய கடிதங்கள் 2006
பிள்ளை கெடுத்தாள் விளை ('பிள்ளை கெடுத்தாள் விளை'
கதை பற்றிய எதிர்வினைகள்) 2006

மொழிபெயர்ப்புகள்

மலையாளத்திலிருந்து இரண்டு நாவல்கள் தமிழில்
மொழிபெயர்க்கப்பட்டுள்ளன.
செம்மீன் (தகழி சிவசங்கரபிள்ளையின் சாகித்திய அகாதெமி பரிசு
பெற்ற மலையாள நாவல், சாகித்திய அகாதெமி, புது தில்லி) 1962
தோட்டியின் மகன் (தகழி சிவசங்கரபிள்ளையின் மலையாள நாவல்,
காலச்சுவடு பதிப்பகம், நாகர்கோவில்) 2000
தொலைவிலிருக்கும் கவிதைகள் (மொழிபெயர்ப்புக் கவிதைகள்) 2004

பெற்ற பரிசுகள்

குமரன் ஆசான் நினைவுப் பரிசு கவிதைக்காக (1988)

கனடாவில் தமிழ் இலக்கியச் சோலை மற்றும் டொரண்டோ பல்கலைக்
கழகத்தின் தெற்காசிய கல்வி மையம் இணைந்து வழங்கிய இயல் விருது
வாழ்நாள் இலக்கியப் பணிக்காக (2001)

புதுதில்லி கதா அமைப்பின் சூடாமணி விருது 2003ஆம் ஆண்டுக்கான
சிறந்த இலக்கிய படைப்பாளிக்கான பரிசு.

❖

கு. அழகிரிசாமியின் நூல்கள்
காலச்சுவடு வெளியீடு

இதம் தந்த வரிகள்
கு. அழகிரிசாமி - சுந்தர ராமசாமி
கடிதங்கள்
ரூ. 130

கு. அழகிரிசாமி சிறுகதைகள்
(முழுத்தொகுப்பு)
(ப–ர்): பழ. அதியமான்
ரூ. 1630

நான் கண்ட எழுத்தாளர்கள்
(கட்டுரைகள்)
(ப–ர்): பழ. அதியமான்
ரூ. 275

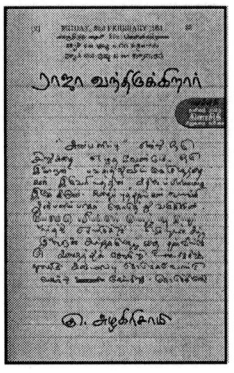

ராஜா வந்திருக்கிறார்
(கிளாசிக் சிறுகதை)
(தொ–ர்): பழ. அதியமான்
ரூ. 340